రామ సుధ

ప్రణీత్ షరాష్టానా

BlueRose ONE.com
Stories Matter
NewDelhi • London

BLUEROSE PUBLISHERS
India | U.K.

Copyright © Praneeth Sharaffkhana 2025

All rights reserved by author. No part of this publication may be reproduced, stored in a retrieval system or transmitted in any form or by any means, electronic, mechanical, photocopying, recording or otherwise, without the prior permission of the author. Although every precaution has been taken to verify the accuracy of the information contained herein, the publisher assume no responsibility for any errors or omissions. No liability is assumed for damages that may result from the use of information contained within.

BlueRose Publishers takes no responsibility for any damages, losses, or liabilities that may arise from the use or misuse of the information, products, or services provided in this publication.

For permissions requests or inquiries regarding this publication, please contact:

BLUEROSE PUBLISHERS
www.BlueRoseONE.com
info@bluerosepublishers.com
+91 8882 898 898
+4407342408967

ISBN: 978-93-7018-574-6

Cover design: Daksh
Typesetting: Tanya Raj Upadhyay

First Edition: May 2025

రచయిత మాట*

మానవ జాతిని ఉదాత్త జాతిగా మలచడంలో శ్రీరాముని పాత్ర ఒక మైలురాయి. అలాంటి శ్రీరాముడి మీద ఒక కథ రాయాలన్నది నా ప్రయత్నం. మన భారతదేశంలో రామాలయం లేని ఊరు ఉండదు, ప్రతీ రామాలయానికి ఒక కథ ఉంటుంది. రాముడు ఒక్కొక్కళ్ళకి ఒక్కొక్కలా అర్థం అవుతారు. అలాంటి ఎన్నో రాముని కథలు విన్నాకా, చదివాకా రామునికి తన రాజ్య ప్రజలంటే ఎంత ఇష్టమో మనకి అర్థం అవుతుంది. అలాంటి విశిష్టమైన రాముని గురించి చెప్పడానికి నేను **ఉత్తర రామాయణం** ఆధారంగా ఈ **రామ సుధ** అనే నవలను రాయడం జరిగింది.

ఉత్తర రామాయణంలో సీతమ్మ భూగర్భంలో కలిసిపోవడాన్ని వివరించారు, పిమ్మట లవకుశుల పట్టాభిషేకం జరిగింది. ఈ రెండు సందర్భాల నడుమ వచ్చిన **ఊహ జనితమైన** ఆలోచన నుండి పుట్టినది ఈ **రామ సుధ**.

ఎంతైనా మన శ్రీరాముని గురించి ఎన్ని కథలు చదివినా, విన్నా తక్కువేగా.

ఈ నవలకు సహాకరించినందుకు, సవరించినందుకు నా తల్లితండ్రులైన శ్రీమతి ఇంద్రాణి, శ్రీ ప్రసాదరావు గార్లకు, మా అత్తగారు రాధారాణి గారికి మరియు నా శ్రీమతి వాగ్దేవికి నా కృతజ్ఞతలు. ఎటువంటి అక్షర దోషాలున్న క్షమించగలరు

నా మొదటి నవలకు ముందుమాట రాసిన **'రచనా చక్రవర్తిని' శ్రీమతి నామని సుజనాదేవి** గారికి నా ధన్యవాదాలు.

ఇట్లు,

వెంకట ప్రణీత్.

ముందుమాట

ఒక అక్షరం పురుడు పోసుకోవాలి అంటే పుడమిని చీల్చుకొని ఒక అంకురం ఉద్భవించడం వంటిదే కదా! అలా ఒక పదం పుట్టాలి అంటే అక్షరంతో అక్షరం జత కట్టాల్సిందే కదా! అలాంటి పదాలు పదాలు కలిసి పల్లవించి సుమధుర మనోభావ సుమగీతికలై రసరమ్య వాక్యాలుద్భవించాలంటే రచయిత ఎన్నిసార్లు పురుటి నొప్పులు పడాలి? అలాంటిది ఒక కళాత్మక గ్రంథ రచన చేయాలంటే...

ఈ యువ రచయిత వ్రాసిన 'రామ సుధ' చదివిన వారికెవరికైనా ఆ తపన అర్థమవుతుందనడంలో అతిశయోక్తి లేదు!

సినిమాల ప్రభావం వలన అయితేనేమి చాలా మందికి సీతమ్మ తల్లి అంతర్ధానం వరకు మాత్రమే బాగా తెలుసు. ఆ తర్వాత పరిణామాల గురించి అంతగా అవగాహన లేదు. అలాంటి పరిస్థితుల్లో వయసులో చిన్నవాడైనా తన దృష్టి ఆ విషయంపై సారించి పావరులకు, బాలలకు సైతం సులభంగా అర్థమయ్యే రీతిలో కడురమణీయంగా సర్వాంగ సుందరంగా శ్రీరాముని కథ రచయిత ప్రణీత్ రాయడం హర్షనీయం! అభినందనీయం!

మంచి రచన మొట్ట మొదటి లక్షణం ఏమిటంటే ఆద్యంతం ఆపకుండా చదివించడం! ఎందుకంటే పాఠకుడు చదవడం మొదలు పెట్టగానే ఆసక్తిగా లేకపోతే, లోపల ఎంతటి అమృతభాండం లాంటి విషయాలు ఉన్నా ఏమాత్రం లాభం లేదు. ఎందుకంటే ప్రారంభంలోనే పాఠకునికి దానిపై విసుగు, ఆనాసక్తత పుట్టింది అంటే లోపల ఎంత మంచి విషయం ఉన్నా అతనికి చేరదు. ఈ విషయంలో ఈ గ్రంథానికి

ఆపకుండా చదివించగలిగే మహోతర శక్తి ఉంది అనేది ఘంటాపరంగా చెప్పగలము. శ్రీరాముని కథలోనే అంతటి శక్తి ఉంది మరి!

లవకుశులు, లక్ష్మణుని పిల్లలతో మాట్లాడే మాటల్లో, వారి ప్రతీ కదలికలో అమ్మగా సీతమ్మ తల్లి వారిని తీర్చి దిద్దిన సభ్యత సంస్కారం ఉట్టి పడేలా సంభాషణలు రాయడం రచయిత, సునిశిత పాత్ర చిత్రణ నైపుణ్యానికి తార్కాణం.

ఈ రచనలో కొన్ని చోట్ల అమృతపు జల్లులు, కొన్నిచోట్ల అగ్నిపర్వతాల విస్పోటనలు కొన్ని నివురుగప్పిన నిప్పు కనికల్లాంటి భావాలు పెరసి రామసుధ!

మృదుభాషి స్మితభాషి హితభాషి మధురవాసి మందస్మిత భాషి పూర్వభాషి అయిన శ్రీరాముని ఆశీస్సులు ఇతనిపై నిండుగా, మెండుగా ఉండాలని ఆకాంక్షిస్తూ...

సాహిత్యాభినందనలతో...

-నామని సుజనాదేవి.

1.

“ఓ రఘునందన, నాలో కలిసిన నీ భార్య సీతాదేవి మాటగా చెప్తున్నాను, నీ రఘువంశానికి వారసులు ఈ లవకుశులు, వారి బాధ్యత ఇక నీదే. వ్యాస మహర్షులవారు లవకుశులకు తగిన శిక్షణ ఇచ్చియున్నారు, ఇంక మిగిలినది నీ బాధ్యత. లక్ష్మణా, నువ్వు నీ అగ్రజునికి ఎలా తోడుగా ఉన్నావో నీ కుమారులైన అంగద చంద్రకేతులు, లవకుశులకి అదే విధంగా తోడుగా ఉంటారని ఆశిస్తున్నాను.” అంటూ భూమాత పలికింది.

సీతాదేవి భూమాత తో కలిసిపోవడాన్ని ఇంకా జీర్ణించుకోలేని శ్రీరాముడు ఆ మాటలకి పైకి లేచి తన విల్లుని అందుకుని, లవకుశుల వైపు చూసాడు, అప్పటివరకు వారి ఆలనా పాలనా చూసిన వారి తల్లి భూమి లో కలిసిపోవడాన్ని, ఇక వారు అమ్మని ఎప్పుడు చూడలేరు అనే నిజాన్ని సహించలేక వెక్కి వెక్కి విలపిస్తున్నారు లవకుశులు. శ్రీరాముడు తమ వైపు చూస్తున్నాడు అని గ్రహించిన లవకుశులు ఏడుపు ఆపుకుంటూ నమస్కారం చేసారు. శ్రీరాముడు లవకుశుల దగ్గరకు వెళ్లి వారిని హత్తుకున్నాడు.

“లక్ష్మణా, నా సీత ఇక లేదు, రాదు. నా బిడ్డల బాధ్యత ఇక నాదే. ఇన్నాళ్లు తండ్రిని మరిపించేలా పెంచి ఉంటుంది నా జానకి, ఇప్పుడు వీరికి తల్లిని మరిపించే ప్రేమ ఇవ్వాలి, అసలు తల్లిని మరిపించే ప్రేమ

ఉంటుందా లక్ష్మణా. ఈ రోజు నుండి నేను రాజ్యాన్ని, రాజప్రాసాదాన్ని, సింహాసనాన్ని వదిలి నా కుమారులతో ఇక్కడే ఉండిపోతాను, సీతను అడవి పాలు చేసిన నాకు కూడా అరణ్యవాసం తప్పదు. అందుకే నీవో లేక భరతుడో ఈ రాజ్య బాధ్యత తీసుకోండి. ఈ రాజ్యం, ఈ సింహాసనం నాకు నా భార్యను దూరం చేసాయి, ఇప్పుడు నా కుమారులను వదులుకోలేను." అని బాధగా అన్నాడు శ్రీరాముడు.

"అగ్రజా!, మిమ్మల్ని నేను అర్థం చేసుకోగలను, కానీ వదినమ్మ మీకు నాకు ఇచ్చిన కర్తవ్యం కూడా మరువకూడదు. లవకుశులు రాజకుమారులు, వారికి అయోధ్య సింహాసనంపై హక్కు ఉంది అంతే కాకుండా వారికి ఇప్పుడు కుటుంబం అవసరం. మీరు పరిపాలిస్తే వాళ్లకు రాజ్య విలువ, ప్రజా విలువ తెలుస్తాయి, అందుకే మీరు కోశల సామ్రాజ్యాన్ని ఇంకా పరిపాలించాలి. అది మీకు, మాకు, రాజ్యానికి అనివార్యం. మమ్మల్ని అనాధలుగా వదిలేయకండి అగ్రజా." అన్నాడు లక్ష్మణుడు రాముని కాళ్ళ మీద పడి.

శ్రీరాముడిని, లవకుశులను ఓదార్చి రథం ఎక్కించాడు లక్ష్మణుడు. లక్ష్మణుడు రథం నడుపుతుండగా శ్రీరాముడు, లవకుశులు వెనకాల కూర్చుని ఉన్నారు. అందరి గుండెల్లో ఆ రథం లో సీతాదేవి లేదన్న వేదన కొట్టొచ్చినట్టు కనిపిస్తుంది.

అలా ఆ వేదనతోనే రథం వాల్మీకి మహర్షులవారి ఆశ్రమం నుండి అయోధ్యా నగరానికి పయనం అయ్యింది.

సీతాదేవి లేదన్న వార్త ఇంకా తెలియని అయోధ్య వాసులు, సీతమ్మని రామయ్య ని పొగుడుతూ పాటలు పాడుతూ ఆహ్వానించారు. రాముడు చేసిన అశ్వమేధ యాగం ఫలించినందున రాముడిని, లక్ష్మణుడిని స్వాగతిస్తూ కోశల రాజ్య సేన రాజ్య గీతాన్ని ఆలపించసాగారు. ఎప్పుడూ రథం బయటకు వచ్చి ప్రజలందరికి నమస్కరించే శ్రీరామచంద్రుడు, ఆ రోజు రథం నుండి బయటకు రాకపోవడాన్ని అందరూ వింతగా భావించారు. అలా ఆ రథం అయోధ్య కోట లోపలికి చేరుకుంది.

2.

రాముడి రాకను ముందే గ్రహించిన కౌశల్య, సుమిత్రా మరియు కైకేయిలతో "రాముడు చాలా ఏళ్లకు సీతా సమేతంగా వస్తున్నాడు, మనం హారతితో సీతను ఆహ్వానించాలి. వారిని కలిసి, చూసి ఎన్నాళ్ళు గడిచాయో" అంటూ హారతి ఏర్పాట్లు చేసింది కౌశల్యా దేవి.

"పాపం సీత, నిండు గర్భిణీగా అడవికి వెళ్ళింది, ఇప్పుడు పిల్లలతో అయోధ్య వస్తోంది, రాముడు చేసిన అశ్వమేధ యాగానికి ఎంత మంచి ఫలితం ఉందో చూసావా" అంది సుమిత్ర.

"నా మనవడో లేక మనవరాలో, ఎవరైనా సరే వారిని నేను రాముడి కన్నా ఎక్కువ గారాబం చేస్తాను. ఇన్నాళ్లు ఎలా పెరిగారో ఏంటో, సీత బాగా చూసుకునే ఉంటుంది." అంది కైకేయి.

సీతమ్మతో వస్తాడు అనుకున్న శ్రీరాముడు, ఇద్దరు మునికుమారులతో రావడాన్ని చూసిన కౌసల్య, సుమిత్ర, కైకేయులు ప్రశ్నార్థకంగా రామలక్ష్మణుల వంక చూసారు. రాముడ్ని అంత దిగాలుగా ఎన్నడూ చూడలేదు వాళ్ళు.

"రామా, ఏమయ్యింది నాయనా అంత దిగులుగా ఉన్నావు, సీత ఎక్కడ?" అని అడిగింది కైకేయి.

రాముడు ఏమి మాట్లాడకుండా తన మందిరంలోకి వెళ్లి తలుపులు వేసుకున్నాడు. అది చూసిన సుమిత్ర,

"నాయనా లక్ష్మణా, ఏమయ్యింది నీ అగ్రజునికి, సీత ఎక్కడ? ఎవరీ ముని కుమారులు?" అని అడిగింది కంగారుగా.

లక్ష్మణుడు, లవకుశులని దగ్గరకు తీస్కుని, సీతాదేవి భూమాత లో కలిసిపోయిన సందర్భాన్ని వివరించాడు.

"అయ్యో! అంటే సీత ఇక లేదా? అయ్యో దేవుడా ఎందుకు మాకు ఈ వేదన, మనవళ్ళు ఎక్కడ?" అని అడిగింది కైకేయి.

"ఇదిగో వీరే, పేరు లవకుశులు, సీతాదేవి రామచంద్రుల కుమారులు. వీరిని పెంచే బాధ్యత ఇక మనదే. అగ్రజుల వేదన తీరే వరకు వీరు నా దగ్గర కురుపద కోటలో ఉంటారు. మీరు అగ్రజుల వారికి తోడుగా ఉండండి." అన్నాడు లక్ష్మణుడు.

"లక్ష్మణా, నువ్వు ఈ సమయంలో రాముని వెంట ఉండకపోతే ఎలా నాయనా?" అని అడిగింది సుమిత్రాదేవి.

"రాజమాతా, ఇది అగ్రజులవారి తీరని ఆవేదన. ఎంత మంది పక్కనే ఉన్నా తీరని బాధ అది. ఆయనకు కొంత సమయం ఇస్తే ఆ వేదన నుండి బయటకు వస్తారు అని నాకు అనిపిస్తోంది, అందుకే నేను కురుపదకు వెళ్తున్నాను. నేను నా అగ్రజునికి వెంట ఎలా ఉన్నానో, నా కుమారులు కూడా లవకుశుల వెంట ఉండాలి అదే నా తల్లి వంటి సీతమ్మ కోరిన ఆఖరి కోరిక." అన్నాడు లక్ష్మణుడు.

"నీ ఇష్టం లక్ష్మణా, అయినా రాముడికి, లక్ష్మణుడి ఆలోచన వచ్చే ముందే లక్ష్మణుడు రాముడి ఎదురుగా ఉంటాడు. ఇప్పుడు లక్ష్మణుడు వెళ్ళటమే మంచిది." అంది కౌసల్యాదేవి.

లక్ష్మణుడు రాజమాతల వద్ద సెలవు తీసుకుని లవకుశులతో కురుపద కోటకు చేరుకున్నాడు.

ఊర్మిళాదేవి అంగద చంద్రకేతులతో పాటు లక్ష్మణుడిని లవకుశల్ని కురుపద కోటకు ఆహ్వానించింది.

లక్ష్మణుడు జరిగినది అంతా ఊర్మిళా దేవికి వివరించాడు. తన సొంత అక్క అయిన సీతమ్మని కోల్పోవడాన్ని ఊర్మిళ సహించలేకపోయింది.

"చిన్నప్పటి నుండి అక్క నన్ను అమ్మలా పెంచింది, మీ తోడు లేకపోయినా నేను పద్నాలుగు సంవత్సరాలు గడిపాను అంటే దానికి

అక్క ఇచ్చిన ప్రోద్భలమే కారణం. అలాంటి అక్క ఇప్పుడు లేదు అంటేనే చాలా బాధగా ఉంది. ఇంతకీ బావగారు ఎలా ఉన్నారు?" అని అడిగింది ఊర్మిళ.

"అగ్రజులు చాలా దిగులుగా ఉన్నారు, అయన దిగులు తీరే వరకు లవకుశుల్ని మన దగ్గరే ఉంచుకుందాం. అంగద చంద్రకేతులతో బాగా కలుస్తారు కూడా" అన్నాడు లక్ష్మణుడు.

"అది మీరు చెప్పాలా, వారు ఇప్పటినుండి నా కుమారులే, బావగారు త్వరగా కోలుకోవాలని మనం ఆ దేవుడ్ని ప్రార్థిద్దాం." అంది ఊర్మిళ.

ఇంతలో అంగద చంద్రకేతులు ఊర్మిళ దగ్గరకు వచ్చి

"అమ్మా, ఆ ముని కుమారులు ఎవరు?" అని అడిగారు.

"వారు మీ అగ్రజులు, మీ పెద్దనాన్న గారి కుమారులు, మీ నాన్నగారు ఎలా అయితే తన అన్నగారి మాటని జవదాటరో, అలానే మీరు మీ అన్నలకి ఎప్పుడూ తోడుగా ఉండాలి" అంది ఊర్మిళ.

"సరే అమ్మా, అగ్రజులకు మేము ఎప్పుడూ తోడుగా ఉంటాం" అన్నారు ఇద్దరు ఒకేసారి.

"మంచిది కుమారులారా, వారిని మీ గదిలోకి తీసుకుని వెళ్ళండి ప్రయాణ బడలిక వల్ల అలసిపోయి ఉంటారు" అన్నాడు లక్ష్మణుడు.

"కానీ వారు గది అరుగు మీదే పడుకున్నారు లోపలికి రమన్నా రాలేదు" అన్నాడు పెద్దవాడైన అంగదుడు.

“పాపం బాగా అలసిపోయి ఉంటారు, రేపటినుండి వాళ్ళు మీ గదిలోనే ఉంటారు సరేనా” అంది ఊర్మిళ.

సరేనంటూ వాళ్ళు ఊర్మిళ దగ్గర నుండి పరిగెడుతూ వెళ్లిపోయారు.

3.

సూర్యకిరణాలు చీకటిని చీలుస్తూ సరయు నది నుండి బయటకు రావడానికి ప్రయత్నిస్తూ సూర్యవంశపు కురుపద కోట సహాయాన్ని అడిగాయి, సహాయాన్ని అడిగిన వెంటనే తీర్చే ఆ వంశపు కోట, అడిగిందే తడవుగా సూర్యకిరణాలకి సహాయం చేసాయి. ఆకాశంలో ఆ సూర్యుడు దేదీప్యమానంగా

వెలుగుతున్నాడు. లక్ష్మణుడు తన మందిరం నుండి బయటకు వచ్చి అరుగు మీద పడుకుని ఉన్న అంగద చంద్రకేతులని చూసాడు. వారిని తట్టి లేపి

“ఏంటి అంగద ఇక్కడ పడుకున్నారు” అని అంగదుడిని అడిగాడు లక్ష్మణుడు.

“నాన్నగారు, రాత్రి అమ్మ అన్నయ్యాలకి తోడుగా ఉండమంది కదా, అందుకే వాళ్లతో పాటు పడుకున్నాం” అని అన్నాడు అంగదుడు.

“మరి లవకుశులు ఎక్కడ?” అని అడిగాడు లక్ష్మణుడు లవకుశులు లేకపోడాన్ని చూసి.

“ఏమో నాన్నగారు మేము వారి పక్కనే పడుకున్నాం నిద్ర పట్టేసింది” అన్నాడు చంద్రకేతుడు.

“ఎవరక్కడ?” అని అరిచాడు లక్ష్మణుడు.

వెంటనే అక్కడికి నలుగురు ద్వారపాలకులు వచ్చారు.

“రాత్రి నాతో వచ్చిన పిల్లలు ఎక్కడ?” అని అడిగాడు లక్ష్మణుడు.

“ఆ ముని కుమారులా రాజా?” అని అడిగాడు ఒక ద్వారపాలకుడు.

“అవును ఎక్కడ?” అని రెట్టించి అడిగాడు లక్ష్మణుడు.

“ఉదయాన్నే లేచి సరయు నది వైపు వెళ్లారు రాజా” అన్నాడు ద్వారపాలకుడు.

“నువ్వు ఎందుకు వెళ్ళనిచ్చావు? వారెవరో తెలుసా?” అని అడిగాడు లక్ష్మణుడు కోపంగా.

ఇదంతా విని అక్కడికి వచ్చిన ఊర్మిళ,

“ఏమయ్యింది” అని అడిగింది.

“లవకుశులు కోట దాటి బయటకు వెళ్ళారు అది కూడా సరయు నది వైపు. అసలు వీళ్ళు ఎలా వెళ్లనిచ్చారు?” అన్నాడు లక్ష్మణుడు.

“ముందు మీరు మన భటులతో సరయు నది వైపు వెళ్లి గాలించండి, వారు ఎక్కడికీ వెళ్ళి ఉండరు” అంది ఊర్మిళ. లక్ష్మణుడు తన భటులతో సరయు నది ఒడ్డుకు చేరుకున్నారు. అక్కడ లవకుశులు

సూర్యనమస్కారాలు చేయడం చూసిన లక్ష్మణుడు వాళ్ళ దగ్గరకు వెళ్లి

“లవకుశులారా, కోటను విడిచి బయటకు ఎందుకు వచ్చారు?” అని అడిగాడు.

“సూర్యోదయానికి సూర్య నమస్కారాలు చేసి వెంటనే సంధ్యావందనం చెయ్యమని మా గురువులైన వాల్మీకి మహర్షుల వారు చెప్పారు” అని బదులిచ్చాడు లవుడు.

“సరే, మంచిదే కానీ మన కోటలో చేసుకోవచ్చుగా, లేకపోతే అంగద చంద్రకేతులతో చెప్పి వెళ్ళవచ్చు కదా” అని అన్నాడు లక్ష్మణుడు.

“కానీ మీరు ఎవరు నిద్ర లేవలేదు. నిద్రపోతున్న వారిని బలవంతంగా లేపకూడదు అని మా అమ్మ చెప్పేది” అన్నాడు కుశుడు.

“సరే, రేపటి నుండి కోటలోనే సంధ్యావందనం, సూర్య నమస్కారాలు చేసుకోండి” అన్నాడు లక్ష్మణుడు.

“అది మంచిది కాదు, నదీ తీరాన చేస్తే మంచిది అన్నారు గురువు గారు” అన్నాడు లవుడు.

“సరే, అయితే రోజు అంగద చంద్రకేతుల్ని కూడా మీతో తీసుకుని వెళ్ళండి, వారు మీ అనుజులు , మీరు వారిని నిద్ర లేపొచ్చు, మంచి కార్యానికే కదా” అన్నాడు లక్ష్మణుడు.

లవకుశులిద్దరు ఒకరి మొహాలు ఒకళ్ళు చూసుకుని సరే అన్నారు. లవకుశులు సంధ్యావందనం చేసుకున్నాక లక్ష్మణుడు లవకుశల్ని తీసుకుని కోటకి చేరుకున్నాడు.

అంగద చంద్రకేతులు లవకుశుల దగ్గరకి వెళ్లి

"అగ్రజా, మమ్మల్ని విడిచి వెళ్ళకండి, మీతోనే మేము ఉంటాము" అని అన్నారు.

"సరే" అన్నాడు లవుడు, అంగదుడి భుజం మీద చెయ్యి వేసి.

"అగ్రజులవారు కుదుటపడ్డాక మిమ్మల్ని అయోధ్యకు నేనే తీసుకుని వెళ్తాను. అప్పటిదాకా మీరు అంగద చంద్రకేతులతో ఆడుకోవచ్చు." అన్నాడు లక్ష్మణుడు.

"అంటే అడవికి వెళ్ళొచ్చా" అని అడిగాడు కుశుడు.

"నీకు అడవి అంటే ఇష్టమా?" అని అడిగింది ఊర్మిళ.

" ఓ... చాలా" అన్నాడు కుశుడు.

4.

రాముడు తన మందిరంలో ఉన్న బంగారు సీతమ్మ విగ్రహాన్ని చూస్తూ "జానకి, ఎన్ని కష్టాలు పడి ఉంటావో కదా అరణ్యంలో, మనం వనవాసానికి వెళ్ళేటప్పుడు నేను ఉన్నాను, లక్ష్మణుడు ఉన్నాడు. ఈ సారి నీ దగ్గర ఎవరూ లేరు, నేను లేను, నీ చెలికత్తెలు లేరు, నా జానకిగా కాక నీ గుర్తింపునే మార్చుకుని ఒక ముని ఆశ్రమంలో నీ

జీవితాన్ని గడిపావు. నా రాజ్యాభిష్టానికి, ఈ రాజ్యప్రజల కోసం నేను తీసుకున్న నిర్ణయానికి నీవు బాధపడ్డావు. ఈ రాజ్య ప్రజలకు నీ విలువ తెలిసే లోపు ఎవరికీ కాకుండా పోయావు. అసలు భర్త తోడు కావాలి అనే సమయంలో నేను నిన్ను వనవాసానికి పంపాను. నాతో ఎన్ని చెప్పుకోవాలి అని అనుకుని ఉంటావో కదా. లవకుశులు పుట్టేటప్పుడు ఎన్నెన్ని అనుభవించి ఉంటావు, వాళ్ళు బుడిబుడి అడుగులు వేసేటప్పుడు నేను గుర్తుకు వచ్చి నీ కళ్ళు చెమర్చి ఉంటాయి కదా, వారు వీరుల్లా విల్లు పట్టుకున్నప్పుడు నేను ఎంత గుర్తుకు వచ్చి ఉంటానో కదా. వారు రామాయణ పారాయణం చేసేటప్పుడు మన కథ వింటూ నన్ను గుర్తు చేసుకుని ఉంటావు కదా. నేను పక్కన ఉంటే బాగుణ్ణు, లవకుశులు ఎదగడం చూసేవాడిని అనుకుని ఉంటావు కదూ. నాకూ అంతే నీతో ఎన్నో చెప్పుకోవాలి అనిపించేది, నీ సలహాలు తీసుకోవాలి అనిపించేది. మన సభా మందిరంలో, నీ సింహాసనం ఖాళీగా ఉండటం ఎన్ని సార్లు చూసి బాధ పడ్డానో తెలుసా, ఎప్పటికైనా నువ్వు కూర్చోవలసిన స్థానం. ఈ సమస్య ఎక్కువ కాలం ఉండదు అనుకున్నాను సీత. కానీ నువ్విక తిరిగి రావు అనే నిజాన్ని నేను గ్రహించలేకపోతున్న." అని రాముడు తనలో తానే అనుకుంటూ కుమిలిపోతున్నాడు.

రాముడు తిరిగి వచ్చాడు అనే వార్త తెలుసుకున్న భరతుడు, అయోధ్య కోటకు చేరుకున్నాడు. వచ్చిన వెంటనే కైకేయి మందిరానికి వెళ్ళాడు భరతుడు.

“అమ్మా, అగ్రజులవారు తిరిగి వచ్చారుటగా” అని అడిగాడు భరతుడు.

“అవును నాయనా, రామయ్య తిరిగి వచ్చాడు” అంది కైకేయి దిగాలుగా.

“ఏమైంది అమ్మా , అన్నగారు ఎక్కడ?” అని అడిగాడు భరతుడు.

కైకేయి దిగాలుగా సీతకి ఏమయ్యిందో వివరించి చెప్పింది.

“అయ్యో, ఎంత ఘోరం జరిగింది. అగ్రజులవారు ఎలా తట్టుకున్నారో. లవకుశులు ఎక్కడ? అని అడిగాడు భరతుడు.

“రామయ్య తన మందిరంలోనే ఉంటున్నాడు భరతా, లవకుశులని లక్ష్మణుడు కురుపద కోట కు తీసుకుని వెళ్ళాడు. రామయ్యను ఇంత దిగులుగా చూడవలసి వస్తుందని అనుకోలేదు.” అంది కైకేయి.

“నేను వెళ్ళి అగ్రజులవారితో మాట్లాడతాను” అన్నాడు భరతుడు.

“మంచిది నాయనా, మరలా రామయ్యని సంతోషంగా చూడగలం అంటావా” అని అడిగింది కైకేయి.

“అది కాలమే నిర్ణయించాలి అమ్మా” అన్నాడు భరతుడు.

రాముని మందిరం లోకి వెళ్ళిన భరతుడు రాముడు ఉన్న పరిస్థితిని చూసి బాధపడి, ఆయనకు భంగం కలిగించకూడదు అని అనుకుని మందిరం నుండి బయటకు వచ్చేసాడు.

"ఏంటి అగ్రజులవారి పరిస్థితి ఇలా ఉంది, ఆయన ఇలా ఉన్నారని రాజ్య ప్రజలకు తెలిస్తే, శత్రుదేశాలకు, దాయాదుల కి తెలిస్తే, వెంటనే ఈ విషయం రాజగురువు వశిష్ఠ మహర్షులవారికి తెలియజేయాలి. కేవలం ఆయనే అగ్రజుని తో మాట్లాడి ఆయనని మామూలు మనిషిగా మార్చగలరు." అని తనలో తానే అనుకున్నాడు భరతుడు.

భరతుడు రామ మందిరం బయటనుండి రావడం గమనించిన సుమిత్రాదేవి

"ఎలా ఉన్నడయ్యా రామయ్య?, వచ్చిన దగ్గరనుండి ఏమి తినలేదు తెలుసా" అని అడిగింది సుమిత్రాదేవి.

"క్షమించండి రాజమాతా, మీకు అగ్రజుడు ఉన్న పరిస్థితిని వివరించి బాధపెట్టలేను, లక్ష్మణుడు ఎక్కడ?" అని అడిగాడు భరతుడు.

"లక్ష్మణుడు లవకుశులని కురుపద కోటకు తీసుకుని వెళ్ళాడు" అంది సుమిత్రాదేవి.

"నేను లక్ష్మణుడి దగ్గరకు వెళ్తాను లవకుశులను చూసి, అటు పిమ్మట వశిష్ఠ మహర్షుల వారి ఆశ్రమానికి వెళ్తాను, చెప్పవలసిన వాళ్ళు జాగ్రత్తగా చెప్తే అగ్రజుడు మామూలు మనిషి అయ్యే అవకాశం ఉంది." అన్నాడు భరతుడు.

"తోడుగా మహామంత్రి సుమంత్రులవారిని తీసుకుని వెళ్ళవచ్చుగా" అంది సుమిత్రాదేవి.

"మహామంత్రుల వారు ఇప్పుడు ఇక్కడ ఉండటం అనివార్యం, నేను వెళ్లి వస్తాను. నన్ను ఆశీర్వదించండి " అన్నాడు భరతుడు.

సుమిత్ర భరతుడిని ఆశీర్వదించగా, భరతుడు కురుపద కోటకు పయనం అయ్యాడు

5.

లవకుశులు కురుపద కోట నుండి బయటకు వచ్చి సరయూ నది తీరం వైపు వెళ్ళసాగారు. అంగద చంద్రకేతులు కూడా వారిని అనుసరిస్తున్నారు. నలుగురికి తోడుగా ముగ్గురు రాజభటులు వెళ్లారు.

"అన్నయ్యా! ఇలా రోజూ వెళ్లాలా, ఎప్పుడో ఒకసారి వెళ్ళవచ్చు కదా" అని అడిగాడు చంద్రకేతుడు.

"రోజూ సూర్యుడు ఉదయిస్తాడు కదా, మరి రోజు మనకు వెలుగుని, చెట్లు,మొక్కలు పెరిగే శక్తిని ఇస్తున్నందుకు మనం ఆయనకు కృతజ్ఞతలు చెప్పుకోవాలి కదా, మళ్ళీ రేపు వచ్చి ఇదే శక్తి ఈ భూమికి ఇవ్వాలని ప్రార్థించాలి కదా. అందుకే రోజూ సూర్య నమస్కారాలు చేయాలి. మన ప్రకృతిని మనమే కాపాడుకోవాలి" అన్నాడు లవుడు.

"కానీ నది దగ్గరకే ఎందుకు వెళ్ళాలి? మన కోటలో ఉన్న కొలనులో ఎందుకు చెయ్యకూడదు" అని అడిగాడు చంద్రకేతుడు.

“ఎందుకంటే నది మన దగ్గరకు రాదు కాబట్టి, వస్తే అది మనకు ప్రమాదం కాబట్టి, మనమే నది దగ్గరకు వెళ్ళాలి” అన్నాడు అంగదుడు. అది విన్న లవకుశులు నవ్వారు.

“చెప్పు అన్నయ్యా” అని అడిగాడు చంద్రకేతుడు లవుడి వైపు చూస్తూ.

“ఎందుకంటే, ఆ నది వైపు చూడు నీరు ఎప్పుడు ప్రవహిస్తూనే ఉంటుంది. అంటే ఈ రోజు ఉండే నీరు రేపు ఉండదు. అలాగే మనం కూడా ఎప్పుడు ఒకలా ఉండకుండా రోజు మనల్ని మనం పునర్నిర్మాణం చేసుకోవాలి, అప్పుడే మన జీవితంలో ఉత్తేజం ఉంటుంది. ఆ శక్తి నదికి ఉంది అందుకే ఆ శక్తిని మనకి ప్రసాదించమని మనం కోరుకుంటాం. కోటలో ఉన్న కొలను లో ఆ శక్తి ఉండదుగా ” అన్నాడు లవుడు.

“అర్థం అయ్యిందా..?” అని అడిగాడు అంగదుడు చంద్రకేతుడ్ని ఆట పట్టిస్తూ.

“నీకు...అర్థం కావాల్సింది” అని అన్నాడు చంద్రకేతుడు.

“తప్పు అలా కొట్టుకోకూడదు. రండి సంధ్యావందనం, నదీ స్నానం చేసి కోటకు వెళ్ళాలి పదండి” అన్నాడు కుశుడు అల్లరి చేస్తున్న అంగద చంద్రకేతులతో.

నలుగురు నదిలో స్నానం చేయడం మొదలుపెట్టారు. కాపలా భటులు పక్కనే నుంచుని ఎవరు వాళ్ళకి భంగం కలిగించకుండా చూస్తున్నారు.

యువరాజులైన అంగద చంద్రకేతులు నదీ స్నానం చేయడానికి వచ్చారన్న వార్తను తెలుసుకున్న కొంతమంది ప్రజలు వారిని చూడటానికి నదీ తీరానికి చేరుకున్నారు.

"వాళ్లే కదా లక్ష్మణ స్వామి కుమారులు" అని అడిగాడు ఆ గుంపు లో ఒకరు.

"అవును అంగదుడు పెద్దవాడు, చంద్రకేతుడు చిన్నవాడు." అన్నాడు మరో వ్యక్తి.

"వారు యువరాజులయ్యుండీ బ్రాహ్మణులుగా నదీస్నానం, సంధ్యావందనం ఎందుకు చేస్తున్నారు?" అని అడిగాడు మరో వ్యక్తి.

"మంచిదేగా, అయినా సంధ్యావందనానికి, నదీస్నానానికి కులం ఏంటయ్యా? అప్పట్లో రాఘవుడు, భరతుడు, లక్ష్మణుడు శత్రుఘ్నులు కూడా వచ్చేవాళ్ళు కదా. లక్ష్మణ కుమారులు కూడా వారి తండ్రినే అనుసరిస్తున్నారు." అన్నాడు మరో వ్యక్తి.

"ఆ ముని కుమారులు ఎవరో...?" అని లవకుశుల వైపు ప్రశ్నార్థకంగా చూస్తూ ఒక వ్యక్తి అడిగాడు.

అది విన్న ఒక భటుడు ఆ గుంపు వైపు తిరిగి

"ఆ ముని కుమారులు యువరాజులకు అన్నలు అవుతారు" అన్నాడు.

"యువరాజుల అన్నలా అంటే భరతుని కుమరులా?" అని అడిగాడు ఆ గుంపు లో వ్యక్తి.

"భరతుని కుమారులు కాదు, వారు నందిగ్రామం లో ఉంటారు. అయినా వారు రాజకుమారులు, వీరు మునికుమారులు" అన్నాడు మరో వ్యక్తి.

"ఆ కుమారుల మోము చూస్తుంటే రఘురాముని కుమారుల వలే ఉన్నారు" అన్నాడు మరో వ్యక్తి.

"అంటే సీతమ్మ కుమారులా....!!" అని ఒక వ్యక్తి గట్టిగా అరిచాడు.

అది విన్న అంగదుడు ఆ గుంపు వైపు చూసాడు

"ఏంటి మా వైపే చూస్తున్నారు మనుషులు స్నానం చెయ్యడం ఎప్పుడు చూడనట్టు. అవును వీళ్ళు మా అన్నలు. మా పెద్దనాన్న గారు, ఈ రాజ్యాధినేత వారసులు. మీ వలన అడవి పాలైన మా పెద్దమ్మ సీతమ్మ కుమారులు." అన్నాడు అంగదుడు కోపంగా.

"అంగదా ఎందుకా కోపం?" అన్నాడు కుశుడు నది నుండి బయటకు వచ్చి.

"మరేంటి అన్నయ్యా, వీళ్లకెందుకు మీ వివరాలు, వీళ్ళు కూడా మిమ్మల్ని అడవికి పంపేస్తారు. భటులారా మీరేం చేస్తున్నారు వారిని అక్కడనుండి పంపేయండి " అన్నాడు అంగదుడు ఇంకా కోపంగా.

"తప్పు అంగద, అలా అనకూడదు" అన్నాడు లవుడు.

"అందరికీ మా నమస్కారాలు , నా పేరు లవ, ఇతను నా సహోదరుడు, పేరు కుశ. మేము సీతారాముల కవల కుమారులం. అంగదుడు చిన్నవాడు, కొంచెం కోపం ఎక్కువ ఏమి అనుకోవద్దు." అన్నాడు లవుడు ప్రజలకు నమస్కారం చేస్తూ.

"చూసావా సీతమ్మ పెంపకం, వీళ్ళ సంస్కారం చూస్తుంటే మన మహారాజునే తలపిస్తున్నారు. ఈ అంగదునికి మాత్రం లక్ష్మణ స్వామి కోపం వచ్చింది" అన్నారు జనాల్లో కొందరు మెల్లగా.

"రాజకుమారులకు జై ... రఘురామ పుత్రులకు జై ..." అనే నినాదాలు మొదలయ్యాయి.

లవకుశులు ప్రజలకు నమస్కరిస్తూ, కురుపద కోట వైపు నడిచారు.

ఇదంతా అప్పుడే అక్కడికి వచ్చిన భరతుడు చూసాడు.

6.

భరతుడు, లవకుశుల తో పాటుగా కురుపద కోటలోకి అడుగుపెట్టాడు. భరతుడిని చూసిన లక్ష్మణుడు కోటలోకి ఆహ్వానించాడు.

"అగ్రజుడు ఎలా ఉన్నారు భరతా?" అని అడిగాడు లక్ష్మణుడు.

"ఆయన పరిస్థితి చూస్తేనే చాలా భయంగా ఉంది. ఆయన బంగారు వదినమ్మ విగ్రహాన్ని పట్టుకుని బాధపడుతున్నారు. చాలా వేదనలో ఉన్నారు. ఈ విషయం శత్రుదేశాలకు, దాయాదులకు తెలిస్తే, వాళ్ళు కోశల రాజ్యం మీదకి దండెత్తి వస్తే, మనం సిద్ధంగా ఉండాలి." అన్నాడు భరతుడు.

అది విన్న లక్ష్మణుడు ఒక్క సారిగా నవ్వాడు.

"ఎందుకు నవ్వుతున్నావ్ లక్ష్మణా?" అని అడిగాడు భరతుడు.

"భరతా, రామరాజ్యానికి మేము శత్రువులం అని చెప్పడానికి వారికో అర్హత ఉండాలి. రామరాజ్యాన్ని ఎవరూ ఏమీ చెయ్యలేరు, ఒక వేళ అలా చేద్దాం అనే ఆలోచన వచ్చిన ఆ క్షణం వాళ్ళు మరణించినట్టే. అంత సిద్ధంగా ఉంటారు మన వేగులు. రాజ్యానికి శ్రీరామ రక్ష ఎప్పుడూ ఉంటుంది." అన్నాడు లక్ష్మణుడు.

"నిజమే, కానీ మహారాజు అంత దిగులుగా ఉంటే రాజ్యాన్ని ఎలా పాలించడం?" అని అడిగాడు భరతుడు.

“అగ్రజుడు మన రాజ్య గురువులైన వశిష్ఠ మహర్షుల వారి మాట వినే అవకాశం ఉంది, వారిని పిలవాలి” అన్నాడు లక్ష్మణుడు.

“నేను అదే అనుకున్నాను. అయితే నేను వశిష్ఠ మహర్షుల వారి ఆశ్రమానికి వెళ్తాను. నీవు అయోధ్య వెళ్ళాలి, అశ్వమేధ యాగం తర్వాత నుండి మన సామంత రాజులు, మహారాజుని చూడటానికి వేచి ఉన్నారు.” అన్నాడు లక్ష్మణుడు.

“సరే భరతా, నేను అయోధ్యకు వెళ్లి వారిని కలుస్తాను. ఇంతకీ లవకుశులను చూసావా?” అని అడిగాడు లక్ష్మణుడు.

“వారి వెనుకే నేను కోటలోకి వచ్చాను. నది తీరాన వారు ప్రజలతో మాట్లాడిన తీరు చాలా బాగుంది. ఇద్దరిలోనూ అన్నగారే కనిపిస్తున్నారు.” అన్నాడు భరతుడు.

“అవును, అగ్రజునిలో, వదినమ్మలో ఉన్న అన్ని మంచి లక్షణాలు వీరికి వచ్చాయి. పెద్దవారంటే భక్తి, చిన్నవారంటే ఇష్టం, ప్రకృతిని బాగా ప్రేమించే గుణం ఇలా చాలా ఉన్నాయి. ఇంకా తెలుసా కావలసినప్పుడు చూపించాల్సిన వీరత్వం. వీరే మన యాగాశ్వాన్ని ఆపి నాతో అగ్రజులతో యుధానికి సిద్ధపడ్డారు. మేమెక్కడ వారి ఆశ్రమాన్ని ఆక్రమిస్తామో అని. నమ్మిన వారిని కాపాడటంలో వీరు శ్రీరాములే” అన్నాడు లక్ష్మణుడు.

"నువ్వు చెప్తుంటే చాలా ఆనందంగా ఉంది లక్ష్మణా. వీరే కదా మన వంశానికి వారసులు. వారి తీరు వల్లే మనకి మంచి పేరు, రాజ్య ప్రజలకి ఆనందం." అన్నాడు భరతుడు.

ఇలా భరతా లక్ష్మణులు మాట్లాడుకుంటున్నప్పుడు అక్కడికి వచ్చారు లవకుశులు. భరతుడిని చూసి నమస్కరించారు.

" కుమారులారా, మీ గురించి లక్ష్మణుడు చాలా బాగా చెప్తున్నారు. ఎలా ఉంది మీకు ఈ కురుపద కోట?" అని అడిగాడు భరతుడు.

"చాలా బాగుంది పినతండ్రి గారు." అన్నారు లవకుశులు.

"ఇందాక మిమ్మల్ని సరయు నది దగ్గర చూశాను, ప్రజలతో చాలా బాగా మాట్లాడారు. అవును మీ తల్లి గారిని అడవుల పాలు చేసిన ఈ ప్రజల మీద కోపం లేదా?" అని అడిగాడు భరతుడు.

"మా తల్లి మీద ఆ నింద వేసినది ఒక తాగుబోతు, జూదగాడు, వాడు తెల్లవారే లేచి మర్చిపోతాడు లేదా అలా అన్నందుకు బాధ పడతాడు. కానీ ఆ మాటలు నమ్మి, అది నిజం అనుకున్న వారిది కదా తప్పు, వారిని ప్రజలు సచ్ఛాశీలురు అనుకోవాలనే ఒక తపన వలన ఏమీ తెలియని ఒక గర్భిణీ స్త్రీని అడవుల పాలు చేసిన అద్భుతమైన మహారాజు అందరికీ దేవుడయ్యాడు. మా తల్లి మాత్రం ఎవరికీ కాకుండా ఏ వైభవము అనుభవించకుండా వెళ్ళిపోయింది. అలాంటప్పుడు ఏమి తెలియని ప్రజల మీద కన్నా అన్ని తెలిసి చేసిన మహారాజుగారంటేనే మాకు కోపం." అన్నాడు లవుడు.

"లవకుమారా, ఏంటి నువ్వు మాట్లాడేది, ఆ మాటలు వెనక్కి తీసుకో" అన్నాడు భరతుడు కోపంగా.

"కుమారులారా, మీరింకా ముని వస్త్రాలలో ఎందుకు ఉన్నారు? లోపల ఊర్మిళ మీకు పట్టువస్త్రాలు ఉంచింది వెళ్లి అవి వేసుకోండి" అన్నాడు లక్ష్మణుడు ఇంకా ఏదో అనబోతున్న భరతుడిని ఆపి.

లవకుశులు సరేనంటూ భరతా లక్ష్మణుల వద్ద సెలవు తీసుకుని వారి మందిరానికి వెళ్లారు.

భరతుడు ఆశ్చర్యంగా లక్ష్మణుడి వైపు చూస్తూ ఉండిపోయాడు. లవకుశులు ఆ మందిరం నుండి బయటకు వెళ్లిన వెంటనే

"ఏమైంది లక్ష్మణా ! అసలు ఇది నువ్వేనా. అగ్రజుడ్ని ఎవరైనా ఏమైనా అంటే వారిని చంపినంత పని చేసే లక్ష్మణుడినే నేను ఇప్పుడు చూస్తున్నానా." అన్నాడు భరతుడు.

"భరతా, వారు పసి పిల్లలు, ఇంకా రఘురాముని ఆలోచనా పద్ధతి తెలియని వాళ్ళు. వారు తల్లిని ఇప్పుడే కోల్పోయారు. వారు నా అగ్రజునికి చేరువయ్యాకా వారికే తెలుస్తుంది వారి తండ్రి విలువ. ఒక సారి అగ్రజునికి దగ్గర అయితే, ఇంకెప్పుడు విడిచి ఉండలేరు." అన్నాడు లక్ష్మణుడు.

"చాలా బాగా చెప్పావు లక్ష్మణా, ఎంతైనా నువ్వు అగ్రజుల వారిని అర్థం చేసుకున్నంత బాగా ఇంకెవరు అర్థం చేసుకోలేరు." అన్నాడు భరతుడు.

"ఆయన పక్కనే ఉండడం నా పూర్వజన్మ సుకృతం. సరే భరతా, మీరు వశిష్ఠ మహర్షులవారి సిద్ధాశ్రమానికి బయలుదేరండి, నేను అయోధ్య వెళ్ళి సామంత రాజులని కలుస్తాను." అన్నాడు లక్ష్మణుడు.

సరే అని భరతుడు వశిష్ఠాశ్రమానికి బయలుదేరాడు.

లక్ష్మణుడు తన మందిరం వైపు వచ్చిన వెంటనే లవకుశులు పట్టు వస్త్రాలు ధరించి కనిపించారు.

"ఆహ్, అచ్చం నా అగ్రజుని వలె ఉన్నారు కుమారులారా, అచ్చమైన సూర్యవంశపు రాకుమారులలా ఎంత చూడ చక్కగా ఉన్నారు." అన్నాడు లక్ష్మణుడు.

"రాజకుమారులే కదా నాన్న" అన్నాడు చంద్రకేతుడు.

అది విన్న లక్ష్మణుడు నవ్వి,

"రాజకుమారులే... ఈ రోజు నేను అయోధ్యకు పయనం అవుతున్నాను, అగ్రజులు ఎవరిని కలవడం లేదు, సామంత రాజులు తమ మహారాజుని కలవడానికి వచ్చి ఉన్నారు. వారిని కలిసి, కుదిరితే అన్నగారితో మాట్లాడి వస్తాను. నువ్వు వస్తావా ఊర్మిళా" అని అడిగాడు లక్ష్మణుడు.

"నేను వస్తాను కానీ పిల్లలు కూడా వస్తే బాగుంటుంది" అంది ఊర్మిళ లవకుశులు వైపు సైగ చేస్తూ.

లక్ష్మణుడు అది గమనించి లవకుశుల వైపు తిరిగి

"కుమారులారా, మీ పిత్రువర్యులను కలవడానికి అయోధ్య కోటకు వెళ్తున్నాను, మీరు వస్తారా? రాజమాతలను కూడా కలవవచ్చును " అన్నాడు లక్ష్మణుడు.

"కానీ మేము అడవి కి వెళ్ళాలి, అన్నలు మమ్మల్ని అడవికి తీసుకుని వెళ్తాము అన్నారు." అన్నాడు అంగదుడు.

"అడవికి తరువాత వెళ్లవచ్చును కుమారులారా, మిమ్మల్ని రాజమాతలు చూడటానికి చాలా ఉత్సుకత గా ఉన్నారు." అన్నాడు లక్ష్మణుడు.

"క్షమించండి పినతండ్రి, మేము అయోధ్యకి రావడానికి సిద్ధంగా లేము, ఆ కోట అమ్మని కష్టాల పాలు చేసింది అనే భావన మాలోనే ఉంది. కొన్ని ప్రశ్నలకు సమాధానం దొరికాక మేము వస్తాం. అయినా తమ్ముళ్ళని అడవికి తీసుకుని వెళ్తాము అని మాట ఇచ్చాము" అన్నాడు లవుడు.

"సరే, కుమారులారా, మీరు అనుకున్నప్పుడే రండి. కానీ అయోధ్య కోట చాలా మహిమాన్వితమైన కోట, అది కోట కాదు రఘురాముడి న్యాయాలయం. అక్కడికి వచ్చిన ప్రజలకు ఏ సమయంలో అయినా న్యాయం దొరుకుతుంది. ఆపదలో ఉన్న వారికి అభయం దొరుకుతుంది. దేవదేవులు సైతం న్యాయం ఎలా ఉంటుంది అంటే

మన అయోధ్య కోటలో జరిగే న్యాయం వలే ఉండాలి అనుకుంటారు. అలాంటి కోట

విలువ మీకు అతి తొందరలోనే తెలియాలి అని నేను ఆ దేవుడిని కోరుకుంటున్నాను." అన్నాడు లక్ష్మణుడు.

లవకుశులు ఆ మాటలు విని నిశబ్దంగా ఉండిపోయారు. ఊర్మిళ వారిని చూసి

"అయితే మీరు అడవికి వెళ్ళండి, కానీ జాగ్రత్త సుమా. మీతో పాటుగా ఒక నలుగురు భటులు వస్తారు." అంది ఊర్మిళ.

"మరి మేము వెళ్ళొచ్చా అమ్మా" అని అడిగాడు చంద్రకేతుడు.

"వెళ్ళు నాయనా, అన్నయ్యాలు నిన్ను జాగ్రత్తగా చూసుకుంటారు లే" అంది ఊర్మిళ.

లవకుశులు, అంగద చంద్రకేతులతో పాటుగా నలుగురు రాజభటులు అరణ్యం వైపు ప్రయాణించారు. లక్ష్మణుడు, ఊర్మిళ అయోధ్యా నగరం వైపు బయలుదేరారు.

7.

భరతుడు దండకారణ్యంలో ఉన్న వశిష్ఠాశ్రమానికి చేరుకున్నాడు. వశిష్ఠ మహర్షి శిష్యులు, భరతుడిని సాదరంగా ఆహ్వానించారు. అప్పటికే ఏదో యజ్ఞం చేస్తున్న వశిష్ఠ మహర్షికి భంగం కల్పించకుండా

భరతుడు ఆశ్రమం బయటే నుంచుని ఉన్నాడు. కొద్ది సమయం తరువాత భరతుడిని గమనించిన వశిష్ఠుడు యాగం నుండి లేచి

"భరతా, నీవు ఆశ్రమం బయట ఉండటం ఏమిటి లోపలికి రా" అన్నాడు వశిష్ఠ మహర్షి.

"గురువు గారికి నా నమస్కారాలు" అన్నాడు భరతుడు వశిష్ఠుని కాళ్ళకు నమస్కారం చేస్తూ.

"దిగ్విజయోస్తు" అని దీవించాడు వశిష్ఠుడు.

"గురువర్యా, మీ సహాయార్థం మీ దాకా రావాల్సి వచ్చింది, మీ యాగానికి నా వలన భంగం కలిగింది." అన్నాడు భరతుడు క్షమాఃపూర్వక స్వరంతో.

"శిష్యుడు గురువు దగ్గరకు ఏ సమయంలో అయినా రావచ్చు భరతా. అది ప్రతి శిష్యుని హక్కు. అందులోనూ నేను మీ సూర్యవంశానికి రాజగురువుని, ఈ యాగం మీ కోసమే నాయనా, ఇక్ష్వాకు కులాభివృద్ధికి, రాఘువుడు చేసిన అశ్వమేధానికి తగిన ఫలితం రావాలని" అన్నాడు వశిష్ఠుడు.

"మీరు మా గురువర్యులు అవ్వడం మా పూర్వజన్మ సుకృతం" అన్నాడు భరతుడు.

"ఇంతకీ నీ రాకకు కారణం?" అని అడిగాడు వశిష్ఠుడు.

"అగ్రజులవారి స్థితి గురించి మీకు వివరించడానికి" అన్నాడు భరతుడు.

"నాకు విషయం తెలిసింది భరతా, అంత గొప్ప అశ్వమేధ యాగం తరువాత, కోశల రాజ్యం నాలుగు వైపులా విస్తరిస్తున్న వేళ, రాజ్యం అభివృద్ధి వైపుగా పయనిస్తున్న వేళ, రాజ్య పట్టపు రాణికి అలా అవ్వడం చాలా బాధ పడాల్సిన విషయం. భార్యను పోగొట్టుకున్న భర్త బాధపడటం సహజమే, అందులోనూ రాఘువుని బాధ వర్ణించలేనిది." అన్నాడు వశిష్ఠుడు.

"అవును గురువర్యా, అగ్రజుడ్ని ఎప్పుడు అంత బాధగా చూడలేదు. వచ్చిన రోజు నుండి ఆయన మందిరంలోనే ఉండిపోయారు. అశ్వమేధ యాగం కోసం ప్రజలు కానుకగా ఇచ్చిన స్వర్ణ విగ్రహం తో ఏదో మాట్లాడుతున్నారు. ఆయన ఆ మందిరం నుండి బయటకు రావాలి. లక్ష్మణుడు ఒక మాట అన్నాడు, అన్నయ్యా బాధ తీర్చలేనిది, ఆ దిగులుతోనే అన్నయ్యా జీవిస్తాడు అని. అది నిజమే కావచ్చును గాక, కానీ ఆయన అవసరం కోశలకు ఎంతైనా ఉంది. ఈ సమయంలో అన్నయ్యాతో మాట్లాడగలిగే ధైర్యం మీకు మాత్రమే ఉంది గురువర్యా. మేము ఆయన బాధను చూస్తూ మాట్లాడే ధైర్యం చేయలేకున్నాం" అన్నాడు భరతుడు.

"తప్పకుండా మాట్లాడతాను భరతా, అది నా కర్తవ్యం. తక్షణమే అయోధ్య వెళ్దాం. రాఘువునికి తాను తెలుసుకోవాల్సిన విషయాలు

కూడా నేను చెప్పాల్సిన సమయం ఆసన్నమయింది " అన్నాడు వశిష్ఠుడు.

అలా వశిష్ఠుడు, భరతుడు అయోధ్య కోటకు చేరుకున్నారు.

లక్ష్మణుడు, ఊర్మిళ అయోధ్య కోటకు చేరుకున్నారు. శత్రుఘ్నుడు తన సహోదరుడ్ని చూసి ఆనందంగా లోపలికి ఆహ్వానించాడు.

"ఎలా ఉన్నావు అన్నయ్యా" అని అడిగాడు శత్రుఘ్నుడు.

"బాగున్నాను శత్రుఘ్న, రాజమాతలు ఎలా ఉన్నారు?"

అని అడిగాడు లక్ష్మణుడు.

"వారినే అడుగు, మహారాజు గారు వచ్చిన దగ్గరనుండి రాజమాతలు కూడా దిగులుగా ఉన్నారు." అన్నాడు శత్రుఘ్నుడు.

"ఊర్మిళా, నీవు శత్రుఘ్నుడితో వెళ్లి రాజమాతలను కలువు. నేను సామంత రాజులను కలిసి వస్తాను." అన్నాడు లక్ష్మణుడు.

"రాజమాతల ఆశీర్వాదం తీసుకునే వెళ్ళవచ్చు కదా, వారు మీ కోసం ఎదురు చూస్తూ ఉంటారు." అంది ఊర్మిళ.

లక్ష్మణుడు సరే అని రాజమాతలు ఉండే మందిరానికి వెళ్లారు.

లక్ష్మణుడు మందిరములోనికి రావటం చూసిన సుమిత్ర

"నాయనా లక్ష్మణా, ఎప్పుడు వచ్చావు నాయనా" అంటూ లక్ష్మణుడిని కౌగిలించుకుంది.

“నేను బాగున్నాను అమ్మ, మహారాజుల వారి గురించి సామంత రాజులు వచ్చారుట, భరతుడు వారిని కలవమన్నాడు” అన్నాడు లక్ష్మణుడు.

“మంచిది నాయనా, ఇంతకీ లవకుశులు ఎక్కడ?” అని అడిగింది కైకేయి.

“వారు రానన్నారు అమ్మ.” అన్నాడు లక్ష్మణుడు.

“రానన్నారా! అదేంటి లక్ష్మణా?” అని అడిగింది కౌశల్య.

“నేను చెప్తాను, మీరు సామంత రాజుల వద్దకు వెళ్ళండి” అంది ఊర్మిళ.

లక్ష్మణుడు సరే అంటూ సభామండపానికి వెళ్ళాడు. లక్ష్మణుడు వెళ్లిన వెంటనే కైకేయి ఊర్మిళ వైపు తిరిగి

“ఏమైంది ఊర్మిళా, లవకుశులు ఎందుకు రానన్నారు అసలు వారు ఎలా ఉన్నారు?” అని అడిగింది.

“రాజమాతా, లవకుశులు క్షేమంగానే ఉన్నారు. ఇంకా మన రాజప్రాసాదానికి అలవాటు పడుతున్నారు. కానీ వారికి అయోధ్య రావడం ఇష్టం లేదు అని చెప్పారు.” అని చెప్పింది ఊర్మిళ.

“అదే ఎందుకు, ఇదే వారి రాజ్యం, ఇదే వారి కోట. కోట పరిస్థితులు, రాజ్య పరిస్థితులు వారికి తెలియాల్సిన అవసరం ఉంది.” అంది కైకేయి.

"కానీ వారికి మహారాజుగారు అన్నా, అయోధ్య కోట అన్నా మక్కువ ఉన్నట్టు లేదు" అంది ఊర్మిళాదేవి.

"సందేహాలా, ఈ మహోన్నత అయోధ్య కోట మీద సందేహమా, వారి తండ్రి రామయ్య మీద సందేహమా. రామయ్యకు పితృవాక్య పాలకుడు అనే పేరు ఉంది. చిన్నప్పటి నుండి తన తండ్రి దశరథ మహారాజు మాటను జవదాటని వ్యక్తి రాముడు. అలాంటి రామయ్య కొడుకులకి అతని మీద సందేహమా!. ఇదేం విధి వైపరీత్యం. అయినా ఈ విషయం తెలిస్తే రామయ్య బాధ ఇంకా పెరుగుతుంది." అని అంది కౌశల్య.

"అయినా, ఇదంతా లక్ష్మణుడికి తెలుసునా?" అని అడిగింది సుమిత్ర.

"తెలుసు రాజమాతా, ఆయన ముందే వారు ఈ మాటలు అన్నారు" అని జవాబు ఇచ్చింది ఊర్మిళాదేవి.

"రామయ్యను, అయోధ్యని ఇంత పెద్ద మాటలు అంటే లక్ష్మణుడు ఊరికే ఉన్నాడా, అసలే కోపం ఎక్కువ కదా" అని అంది సుమిత్ర.

"ఆయన కోప్పడలేదు రాజమాత, అదే నాకు ఆశ్చర్యం కలిగింది." అంది ఊర్మిళ.

"నువ్వే వారికి ఈ రాజ్యం గురించి చెప్పాలి ఊర్మిళా, వారికి రామయ్య విలువ తెలియాలి, సీత పరిస్థితికి రామయ్యే కారణం అని వారు అనుకుంటున్నారు." అంది కైకేయి.

"నేను నా ప్రయత్నం చేస్తాను రాజమాతా, వారిని అయోధ్యకు తెచ్చే బాధ్యత నాది" అని అంది ఊర్మిళ.

8.

లక్ష్మణుడు మహామంత్రి సుమంత్రుడు కలిసి సభా మందిరంలో రాముడి కోసం ఎదురుచూస్తున్న సామంతరాజులని కలవడానికి వెళ్లారు.

లక్ష్మణుడు సుమంత్రుడు కలిసి రావడాన్ని చూసిన సామంతరాజులు తాము కూర్చున్న స్థానాల నుండి లేచి మర్యాద పూర్వకంగా నుంచున్నారు.

లక్ష్మణుడు వారికి కూర్చోమని సైగ చేస్తూ,

"అందరూ కూర్చోండి, మీరు మహోన్నతమైన కోశల రాజ్యానికి సామంతరాజులు. మీరు గౌరవం ఇవ్వాల్సింది, ఆదేశాలు పాటించాల్సింది ఆ సింహాసనం మీద కూర్చునే కోశల దేశాధినేత రామచంద్రులవారికి మాత్రమే. మేమంతా ఆయనకు సేవకులం. మీ మంచిని కోరుకునే వాళ్ళం." అన్నాడు లక్ష్మణుడు.

"మాకూ అలానే చెయ్యాలని ఉంది లక్ష్మణా, కానీ మా దేశాధినేత ఎక్కడ? ఆయన చేసిన అశ్వమేధ యాగానికి మేమంతా సహకరించి మా దేశాలను కోశల రాజ్యానికి ధారాదత్తం చేసాం. రామచంద్ర మహారాజుల వారి వలన మా దేశాలు, మా ప్రజలు క్షేమకరంగా

ఉంటారన్నది మా ఆశ, కానీ ఇప్పుడు చూస్తే ఆయన కనిపించడం లేదు." అన్నాడు అశ్వధుడు.

"అశ్వధా, మీ రాజ్యాలు సుభిక్షంగా, క్షేమకరంగా ఉంటాయి. ఎప్పుడైతే మీరు అశ్వమేధ అశ్వాన్ని మీ దేశంలోకి ఆహ్వానించారో అప్పుడే మీకు శ్రీరామ రక్ష లభించింది." అన్నాడు లక్ష్మణుడు.

"శ్రీరామ రక్ష ఏ విధంగా ఉందో చెప్పు లక్ష్మణా. మేము మా రాజ్యాలను త్యాగం చేసి ఆయనను దేశాధినేతను చేసాం. అలాంటిది ఆయన దర్శన భాగ్యం మాకు లేదు " అన్నాడు అశ్వధుడు.

" అశ్వధా, నువ్వే కాదు ఇక్కడ అందరూ త్యాగం చేశారు. ఎందుకంటే ఆ రాజులకి తెలుసు రామరాజ్యంలో ఉంటే వారి జీవితాలు ఎలా ఉంటాయో. వారి రాజ్యాలు ఎంత సుభిక్షంగా ఉంటాయో. న్యాయం నాలుగు పాదాలపై ఎలా నడుస్తుందో, దేవదేవుల కృప వారి రాజ్యాలపై ఎలా ఉంటుందో. ప్రజలు తప్ప ఏమి తెలుసు అసలు మన మహారాజుకి . మీ రాజ్యాలు సుభిక్షంగా ఉండాలనే ఆయన అశ్వమేధ యాగం చేశారు. ఆ యాగం వలన ఆయన భార్యను కూడా పోగొట్టుకుని మిక్కిలి శోకంలో ఉన్నారు. తొందర్లో ఆయన మరలా సభ నిర్వహిస్తారని నేను మాట ఇస్తున్నాను." అన్నాడు లక్ష్మణుడు.

"సరే, ఆయనను మేము నమ్ముతాం, నమ్ముతూనే ఉంటాం, కానీ ఆయన తరువాత ఈ రాజ్యం ఎవరి సొత్తు?" అని అడిగాడు అశ్వధుడు.

"అశ్వధా, నేను ఉన్నంత వరకు అగ్రజుని తరువాత' విషయం ఉండదు. మహారాజులవారు కుదుటపడ్డాక నేనే కబురు పెడతాను. మీరు వెళ్లవచ్చును" అన్నాడు లక్ష్మణుడు.

"లక్ష్మణా, నువ్వే చెప్పావు కదా రాజ్యాధినేత అయిన రామచంద్రుల వారి ఆదేశాలే పాటించాలి అని. మరి నువ్వు ఆదేశాలు ఇస్తున్నావు ఏంటి." అన్నాడు అశ్వధుడు.

"రాజా , ఆయన ఎవరో తెలిసే మాట్లాడుతున్నారా, స్వయానా ఈ రాజ్యానికి అధినేత అయిన రఘురాముని అనుజుడు, మహారాజు బాధను ఎలానో పంచుకోలేం కనీసం అర్థం చేసుకుందాం. కొన్ని రోజులు సమయం ఇస్తే ఆయన వస్తారు, యువరాజులైన భరతుల వారు అదే పని మీద రాజర్షి వశిష్టుల వారితో మాట్లాడుతున్నారు, ఆయన వస్తే కచ్చితంగా మార్పు వస్తుందని ఆశిస్తున్నాము." అన్నాడు సుమంత్రుడు.

అది విన్న అశ్వధుడు కోపంగా సభా మందిరాన్ని విడిచి బయటకు నడిచాడు.

"లక్ష్మణ స్వామీ, అశ్వధుడు ఆవేశపరుడు, కానీ రామచంద్రులవారు అంటే మిక్కిలి ఇష్టం. కానీ ఈ రోజు ఆయన ఇలా మాట్లాడటం వింతగా అనిపిస్తుంది." అన్నాడు మరొక సామంతరాజు.

"అశ్వధుడు నాకు మంచి మిత్రుడు, నా కన్నా ఆవేశపరుడు ఆయన సంగతి మహామంత్రి చూసుకుంటారు. మహారాజులవారు

కుదుటపడ్డాక నేనే స్వయంగా కబురు పంపుతాను. అప్పటిదాకా ఏదైనా సమస్య వస్తే మహామంత్రి సుమంత్రులవారు చూసుకుంటారు." అన్నాడు లక్ష్మణుడు. సరే అని సామంత రాజులందరు సభా మందిరాన్ని విడిచి వెళ్లారు. అందరూ వెళ్లిపోయాకా

"లక్ష్మణా, మంత్రిగా నాదో మాట, అశ్వధుడు రామచంద్రుల వారిని చాలా గౌరవిస్తాడు, ఆయన ఆ మాటలు ఎందుకన్నారో నాకు అర్థం కావట్లేదు. ఒక సారి మన మంత్రులని ఎవరినైనా పంపిస్తే బాగుంటుంది అనుకుంటున్నాను, ఆయన రాజ్యంలో ఏదైనా సమస్య ఉందేమో అని నా అనుమానం" అన్నాడు సుమంత్రుడు.

"ఆ ఏర్పాట్లు మీరే చూడండి మహామంత్రి, నేను అగ్రజునితో మాట్లాడాలి." అన్నాడు లక్ష్మణుడు.

"సరే లక్ష్మణా, లవకుశులు వస్తే మహారాజు కుదుట పడతారేమో కొంచెం ఆలోచించండి" అన్నాడు సుమంత్రుడు.

"నేను అదే అనుకున్నాను మహామంత్రి, కానీ వారు రావడానికి తిరస్కరించారు" అన్నాడు లక్ష్మణుడు.

"తప్పేముంది, వారి దృష్టి లో చూస్తే తప్పు మన వైపు ఉన్నట్టు ఉంటుంది, వారికి రాజ్యం గురించి, రామచంద్రుల వారు పాటించే విలువలు గురించి చెప్తే వారికే తెలుస్తుంది. రాజర్షి వశిష్ఠ మహర్షుల ఆశ్రమానికి పంపిస్తే వారికే తెలిసొస్తుంది." అన్నాడు సుమంత్రుడు.

"రాముని విలువలు ఎవరు నేర్పేది కాదు కదా సుమంత్రా, అది స్వతహాగా అర్థం చేసుకోవాలి లేదా మరల రాముడిగా పుట్టాలి, రాముడిగా పుట్టడం కష్టం కనీసం వారు అర్థం చేసుకుంటే చాలు" అన్నాడు లక్ష్మణుడు.

"నిజమే లక్ష్మణా, అర్థం చేసుకుంటారు అంటారా?" అని అడిగాడు సుమంత్రుడు.

"అది కాలమే చెప్పాలి, అయినా అగ్రజుడ్ని కలిశాక, పరిస్థితి మారుతుంది అని అనుకుంటున్నాను. మీరు వస్తారా అగ్రజునితో మాట్లాడి వద్దాం." అని అన్నాడు లక్ష్మణుడు.

"మీరు వెళ్ళండి లక్ష్మణా, నేను ఒక మంత్రిని అశ్వథుని రాజ్యానికి పంపే ఏర్పాట్లు చేస్తాను" అన్నాడు సుమంత్రుడు.

లక్ష్మణుడు రాముని మందిరానికి వెళ్ళాడు, అక్కడ రాముడు సీతాదేవి బంగారు విగ్రహం పక్కనే పడుకుని ఉన్నాడు.

"అగ్రజా, నీకు ఏమని చెప్పి నీ బాధని దూరం చేయాలి, దండకారణ్యంలో మనం ఉండగా, రావణాసురుడు వదినమ్మని తీసుకుని వెళ్ళాడు, అప్పుడు నీ మొహం లో వేదన చూసాను, అప్పుడు అది పోగొట్టాలి అంటే వదినమ్మ దొరుకుతుంది ఎలా అయినా మనం వెతుకుదాం అనే భరోసా ఇవ్వగలిగాను, నాకు నువ్వు , నీకు నేను భరోసా ఇచ్చుకుంటూ చాలా రోజులు బాధలోనే గడిపేశాం. వదినమ్మ వచ్చే వరకు నీ మొహం లో ఆనందం

చూడలేదు. అయోధ్యకు వచ్చాక ఇక అన్ని ఆనందాలే అనుకున్నాను. కానీ కొద్ది సంవత్సరాలకే మరలా వదినమ్మకు అరణ్యవాసం. అప్పుడు మరలా నీ మోహంలో బాధ. అప్పుడు కూడా వదినమ్మ మీద పడిన నింద వీడిపోతుంది , ప్రజలందరికి తెలిసొస్తుంది అనే భరోసా ఇవ్వగలిగాను కానీ ఇప్పుడేమని ఇవ్వను. నీ బాధ ఎలా తీర్చను. నీతో ఏమని మాట్లాడాలో కూడా తెలియట్లేదు అగ్రజా. మన మధ్య మాటలు లేని క్షణాలు ఇంకా ఎన్ని ఉంటాయో." అని లక్ష్మణుడు తనలో తానే అనుకుంటూ రాముడు దగ్గరకు చేరుకుని రాముని చెయ్యిని తాకాడు.

"లక్ష్మణా!" అంటూ నిద్ర లేచాడు రాముడు.

లక్ష్మణుడు రాముని చెయ్యి ని తన చేతుల్లోకి తీసుకుని గుండెల దగ్గరగా హత్తుకున్నాడు. రాముడు లక్ష్మణుడిని కౌగిలించుకుని, గుండెలు ఎండే దాకా ఇద్దరు విలపించారు.

9.

లవకుశులు అంగద చంద్రకేతులు దండకారణ్యంలోకి వేటకు వెళ్లారు. వారితో పాటు నలుగురు భటులు కూడా వచ్చారు.

"ఏంటి అన్నయ్యా ఇంత పెద్దగా ఉంది అడవి" అని అడిగాడు చంద్రకేతుడు విస్మయంతో అడవిని చూస్తూ.

"ఇది దండకారణ్యం, ఇది చాలా పెద్దది" అన్నాడు లవుడు.

"అంటే పెదనాన్నగారు, పెద్దమ్మ ఇక్కడే అరణ్యవాసం చేసారా?" అని అడిగాడు చంద్రకేతుడు.

"అవును ఇక్కడే" అన్నాడు లవుడు.

"మీరు ఇదే అడవిలో పుట్టారా?" అని అడిగాడు చంద్రకేతుడు.

"అవును చంద్రకేతా, ఇదే అడవి కానీ చాలా దూరం." అన్నాడు లవుడు.

"ఎందుకు అడవి ఇంత చీకటిగా ఉంది?" అని అడిగాడు చంద్రకేతుడు.

"ఎందుకంటే ఇక్కడ భూతాలు ప్రేతాలు ఉంటాయి కదా" అన్నాడు అంగదుడు చంద్రకేతుడ్ని ఆట పట్టిస్తూ.

"అడవిలో అవి ఎందుకు ఉంటాయి?" అని భయంగా అడిగాడు చంద్రకేతుడు.

"రామాయణం విన్నావు కదా చంద్రకేతా, నాన్నగారు, పెద్ద నాన్నగారు యువరాజులు గా ఉన్నప్పుడు మొదటి సారి విశ్వామిత్ర మహర్షితో ఇదే అడవికి వచ్చి తాటకి అనే రాక్షసిని చంపేశారు. ఆ రాక్షసి పుత్రులైన మారీచుడు సుబాహుడ్ని తరిమి కొట్టారు." అన్నాడు అంగదుడు.

"అవును నేను విన్నాను, పెద్దనాన్న గారు ఇంకా నాన్నగారు కలిసి చంపేశారు కదా, ఇప్పుడు లేవు కదా" అన్నాడు చంద్రకేతుడు.

"ఇప్పుడు కొత్త దయ్యాలు వచ్చాయి, చిన్న పిల్లలు గుర్రం మీద కనిపిస్తే చంపేసి తినేస్తాయి, అన్నలు కూడా వాటిని చంపే పని మీద వచ్చారు తెలుసా" అని అన్నాడు అంగదుడు.

"అదేంటి అడవిని చూడటానికి కదా వచ్చాము." అని భయంగా అడిగాడు చంద్రకేతుడు.

అది విన్న లవకుశులు వాళ్లలో వాళ్లు నవ్వుకుంటున్నారు.

"చెప్తే నువ్వు వచ్చేవాడివా" అన్నాడు అంగదుడు.

"అన్నయ్యా, నిజమా ఇక్కడికి మనం రాక్షసులని చంపడానికి వచ్చామా ?" అని అడిగాడు చంద్రకేతుడు.

అప్పటికే చంద్రకేతుని స్వరం లో భయంతో కూడిన దుఃఖం గమనించిన లవుడు

"కుశ, ఇక అంగదుడిని అల్లరి చెయ్యవద్దని చెప్పు" అన్నాడు లవుడు. కానీ అంతలోనే

"చంద్రకేతా, భయపడకు నీ వెనకాలే రాక్షసి ఉంది, అన్నయ్యా దానిని చంపెయ్" అన్నాడు అంగదుడు చంద్రకేతుడ్ని ఆటపాటిస్తు.

భయంతో చంద్రకేతుడు గట్టిగా అరిచాడు. తాను ఎక్కిన గుర్రం కూడా భయపడటంతో ఒక్కసారిగా గుర్రం పరిగెత్త సాగింది.

"చంద్రకేతా" అంటూ ఒకేసారి లవకుశులు అరిచారు.

“అన్నయ్యా!!!!” అంటూ చంద్రకేతుడు అరుస్తుండగా గుర్రం అడవి లోపలికి పరిగెడుతూ వాళ్ళ నుండి దూరంగా వెళ్ళిపోయింది.

అంగదుడు భటుల వైపు తిరిగి

“ఏం చూస్తున్నారు!! వెళ్ళండి తమ్ముడ్ని కాపాడండి” అన్నాడు ఆశ్చర్యంగా చూస్తున్న భటులతో. భటులు చంద్రకేతుని వైపుగా వాళ్ళ గుర్రాలను మరలించారు.

“ఎందుకు భయపెట్టావు అంగదా, చూడు ఇప్పుడు ఏమయ్యిందో” అన్నాడు లవుడు.

“అలా అవుతుంది అని నాకు తెలియదు అన్నయ్యా ఏదో సరదాకి ఆటపట్టించాను” అన్నాడు అంగదుడు.

“మనం కూడా వెతకాలి, అసలే అడవి, ఎక్కడ క్రూర మృగాలు ఉంటాయో తెలియదు.” అన్నాడు కుశుడు.

“ఆ గుర్రం కచ్చితంగా వాగు వైపు వెళ్లి ఉంటుంది కుశ, ఈ దగ్గరలో వాగు పశ్చిమ దిశగా ఉంది, మనం అటు వైపు వెళితే మంచిది.” అన్నాడు లవుడు.

“అవును, ఆశ్రమాలు కూడా వాగు వైపే ఉంటాయి, పరిగెత్తి పరిగెత్తి ఆ గుర్రానికి దాహం వేస్తే వాగు వైపే రావచ్చును.” అన్నాడు కుశుడు.

“మరి అప్పటిలోగా పులి కానీ సింహం కానీ దాడి చేస్తేనో?” అని అడిగాడు అంగదుడు.

"భయపడకు, పరుగెత్తే ఏ జీవాన్ని సింహం, పులి దాడి చెయ్యవు, ఎందుకంటే వాటి గురి ఎప్పుడు నిలకడగా నుంచుని ఉన్న జీవాల పై కుదురుతుంది. కానీ చంద్రకేతుడు గుర్రం నుండి కింద పడకూడదు అంతే." అన్నాడు లవుడు.

లవకుశులు, అంగదుడు వారి గుర్రాలతో వాగు వైపు పయనించారు.

వాగు వైపు చాలా ఆశ్రమాలు కొలువై ఉండటం ముగ్గురు గమనించారు.

"ఏంటి అన్నయ్యా ఇక్కడ ఇన్ని ఆశ్రమాలు ఉన్నాయి?" అని అడిగాడు అంగదుడు.

"మరి నీరు ఎక్కడ ఉంటుందో, అక్కడేగా మనుషులు ఉండేది." అన్నాడు కుశుడు.

"అంగదా, అది చంద్రకేతుని గుర్రమే కదా?" అని అడిగాడు లవుడు వాగు పక్కనే ఉండి గడ్డి మేస్తున్న గుర్రాన్ని చూపిస్తూ.

"అవును అన్నయ్యా, అది తమ్ముడి గుర్రమే." అన్నాడు అంగదుడు.

ముగ్గురు ఆ గుర్రం దగ్గరకు చేరుకున్నారు కానీ ఆ గుర్రం దగ్గర చంద్రకేతుడు కనిపించలేదు.

"చంద్రకేతా!" అని అరిచారు ముగ్గురు.

"ఎక్కడికి వెళ్లిపోయాడంటావ్" అని అడిగాడు అంగదుడు.

“పదండి పక్కనే ఉన్న ఆశ్రమాల్లో కనుక్కుందాం. ఎవరైనా చూసి రక్షించి ఉండవచ్చు” అన్నాడు లవుడు.

“కానీ, మన భటులు ఎక్కడ?” అని అడిగాడు కుశుడు.

“వాళ్ళు గుర్రం వెనుకే వెళ్లారు కదా” అన్నాడు అంగదుడు.

“మధ్యలో ఏదైనా జరిగింది అంటావా లవా” అని అడిగాడు కుశుడు.

“ఒక సారి చుట్టుపక్కల ఉన్న ఆశ్రమాలలో అడుగుదాం లేకపోతే అడవి అంత గాలించైనా తమ్ముడ్ని తీసుకుని వెళ్దాం.” అన్నాడు లవుడు .

ముగ్గురు ఆ దండకారణ్యంలో ఉన్న ఆశ్రమాలన్ని వెతకడం మొదలుపెట్టారు. ఎక్కడికి వెళ్లినా ఆ గుర్రం గురించి మాకు తెలియదు అనే సమాధానమే లభించింది. అప్పుడే అడవిలో చీకటి పడటం మొదలయ్యింది.

“అమ్మో చీకటి పడుతోంది, చీకటి పడితే ఇంకేమైనా ఉందా” అన్నాడు ఒక ఆశ్రమంలో ఉన్న పిల్లవాడు. అది విన్న లవుడు ఆ పిల్లాడి దగ్గరకు వెళ్లి,

“ఏమవుతుంది చీకటి పడితే?” అని అడిగాడు.

“అమ్మో చీకటి అయితే తాతగారు వస్తారు, నిద్ర లేచి ఉంటే తిడతారు.” అన్నాడు ఆ పిల్లాడు.

"ఎం తిట్టారులే కానీ, ఆ గుర్రం మీద ఎవరినైనా పిల్లాడ్ని చూసావా? నీ కన్నా కొంచెం పెద్దవాడు, పట్టు వస్త్రాలు ధరించి ఉంటాడు." అని అడిగాడు లవుడు.

"ఇందాక తాత మనుష్యులు తీసుకుని వెళ్లినట్లు ఉన్నారు. ఆ అబ్బాయితో పాటుగా ఇంకా నలుగురు ఉన్నారు." అన్నాడు ఆ పిల్లవాడు.

"ఎవరా తాత? ఎక్కడ ఉంటారు?" అని అడిగాడు కుశుడు. ఇంతలో ఆ పిల్లాడి అమ్మ వచ్చి

"ఎవరు నాయనలారా మీరు? ఇక్కడేం చేస్తున్నారు?" అని అడిగింది.

"మేము అయోధ్య వాసులం, అడవిని చూడటానికి వచ్చాం. అడవిలో తిరుగుతుండగా మా తమ్ముడు తప్పిపోయాడు. మా తమ్ముడి గుర్రం ఇక్కడే కనిపించింది." అన్నాడు కుశుడు.

"అయ్యయ్యో, ఇప్పుడు రాత్రి అయిందిగా ఎలా వెతుకుతారు?" అని అడిగింది ఆ పిల్లాడి అమ్మ.

"అదే అమ్మా, మీ పిల్లవాడు మా తమ్ముడ్ని చూసాను అని చెప్పాడు, అదే అడుగుతున్నారు." అన్నాడు లవుడు

"అవునమ్మా, ఇందాక ఆ గుర్రం మీద పిల్లాడ్ని తాతగారి మనుష్యులు తీసుకుని వెళ్ళటం చూసాను." అన్నాడు ఆ పిల్లవాడు.

"ఆ తాతయ్య ఎక్కడ ఉంటారు బాబు" అని అడిగాడు లవుడు.

“ఆయన ఈ ఆశ్రమాలకు పెద్ద దిక్కు నాయనా, అడవి లోపల ఆయన ఆశ్రమం ఉంది” అంది ఆ పిల్లాడి తల్లి.

“పదండి మనం వెళ్దాం, అక్కడ మనకు చంద్రకేతుడు మన భటులు దొరికే అవకాశం ఉంది.” అన్నాడు లవుడు.

“జాగ్రత్త నాయన, అక్కడికి అందరు వెళ్ళడానికి కుదరదు. అక్కడ ఇంకా చీకటిగా ఉంటుందని అందరూ అనుకుంటుంటే విన్నాను.” అంది ఆ పిల్లాడి తల్లి.

“పరవాలేదమ్మా, మేము అక్కడికి వెళ్లడం అనివార్యం.” అన్నాడు లవుడు.

లవకుశులు, అంగదుడు వారి గుర్రాల మీద ఆ పిల్లాడి తల్లి చెప్పిన వైపు ప్రయాణించారు.

“ఏంటి ఇక్కడ ఇంత చీకటిగా ఉంది?” అని అడిగాడు అంగదుడు.

“ఈ ప్రాంతం అడవి మధ్యలో ఉన్నట్టు గా ఉంది, అందుకే చాలా చీకటిగా ఉంది.” అన్నాడు కుశుడు.

“కానీ ఇంత రాత్రి తమ్ముడ్ని వెతికి తీసుకొని రాగలమా?” అని అడిగాడు అంగదుడు.

“కష్టమే, కానీ తప్పదు” అన్నాడు లవుడు.

అలా ఆ పిల్లాడి తల్లి చెప్పిన దారిలో, అడవి లోపలికి వెళ్లారు. వారి చుట్టూ కీచురాళ్ళ, పాముల శబ్దాలు వినిపిస్తున్నాయి. వారి గుర్రాలు

కూడా జాగ్రత్తగా నడవడం మొదలు పెట్టాయి, ఎటు వెళ్ళాలో తెలియనంత చీకటి.

“అన్నయ్యా, అసలు ఎక్కడికి వెళ్తున్నాం, అసలు ఎక్కడ ఏమీ కనిపించట్లేదు” అన్నాడు అంగదుడు.

“భూమికి శని అడ్డం వచ్చినట్లు ఉంది, ఇంత కారుచీకటి ఎక్కడ చూడలేదు. అసలు ఎవరు ఉంటారు ఇక్కడ” అన్నాడు కుశుడు.

“అందులోను బయట ఉన్న ఆశ్రమాలకు ఆయన పెద్ద దిక్కు అట.” అన్నాడు లవుడు.

ఇంతలోనే ఎక్కడనుండి వచ్చాయో తెలియని కొన్ని మిణుగురు పురుగులు వారికి దారి చూపడానికే అన్నట్టుగా వారి గుర్రాల వైపు వచ్చాయి. చాలా సేపటి నుంచి వెలుగు కోసం ఎదురు చూస్తున్న వారికి వాటిని చూసి చాలా ఆనందంగా అనిపించింది. అవి ఇచ్చే కొంచెం వెలుగులోనే వారు దూరంగా ఉండే ఆశ్రమాన్ని గమనించారు.

“ అన్నయ్యా! అదిగో ఆశ్రమం” అన్నాడు అంగదుడు.

వారితో పాటుగా వారికి దారి చూపడానికి మిణుగురులు కూడా వారి వెంటే వచ్చాయి. వారు ఆశ్రమం దగ్గరకు చేరుకోగానే అవి మాయం అయ్యాయి.

ఆశ్రమం బయట చిన్న చిన్న కాగడాలు వెలుగుతున్నాయి, బయట నలుగురు బలిష్ఠులైన వీరులు కాపలా కాస్తునట్టుగా రెండు బలమైన

విగ్రహాలు ఉన్నాయి. వాటి పక్కనే కాపలా భటుల వలే ఇద్దరు విల్లు మరియు బాణం ధరించి కాపలా కాస్తున్నారు.

"చూడటానికి చాలా పెద్ద ఆశ్రమం వలే ఉంది అన్నయ్యా" అన్నాడు అంగదుడు లవుడి చెవిలో.

ఆశ్రమాన్ని బయట నిలబడి చూస్తున్న లవకుశులు, అంగదుడ్ని చూసిన ఆ కాపలా వీరులు

"ఎవరు మీరు? ఇంత రాత్రి ఇటువైపు ఏం పని?" అని అడిగారు.

"మేము అయోధ్య పక్కనే ఉన్న కురుపద వాసులం. అడవిలో తిరగడానికి వచ్చాము, మా తమ్ముడు తప్పిపోయాడు. వాడి గుర్రం ఆ పక్కన ఉన్న ఆశ్రమాల వద్ద కనిపించింది, ఇటు వైపు వచ్చాడేమో అని వెతుకుతున్నాం." అన్నాడు లవుడు.

"మీ తమ్ముడితో పాటుగా ఇంకెవరైనా వచ్చారా?" అని అడిగాడు ఒక కాపలా భటుడు.

"మా భటులు వచ్చారు" అన్నాడు అంగదుడు.

"అంటే మీరు కురుపద కోటకు చెందిన క్షత్రియులా?" అని అడిగాడు మరొక కాపలాదారుడు.

"అవును" అన్నాడు అంగదుడు కొంచం గర్వంగా.

"వీరిని బంధించండి" అన్నాడు ఆ కాపలా భటుడు.

వెంటనే పక్క నుండి నలుగురు భటులు వచ్చి లవకుశులని అంగదుడిని బంధించి ఆశ్రమం బయట ఉన్న చెట్టుకి కట్టేసారు.

"మా గురువు గారు వచ్చే వరకు మీరు ఇక్కడే ఉండాలి. పొద్దున్నే మీకు ఆయన దర్శన భాగ్యం కలుగుతుంది." అన్నాడు బంధించిన ఒక కాపలా వ్యక్తి.

"మమ్మల్ని ఎందుకు బంధిస్తున్నారు? మేము మా తమ్ముడ్ని వెతకడానికి వచ్చాము, వాడు చిన్న పిల్లవాడు." అన్నాడు లవుడు.

"మీ తమ్ముడు మా దగ్గరే ఉన్నాడు. మీకు ఇంకా వివరాలు చెప్పాల్సిన అవసరం మాకు లేదు. రేపు ఉదయం మా గురువుగారి దర్శనం అయ్యాక మీకు శిక్ష తీర్మానిస్తాం." అన్నాడు కాపలా వ్యక్తి.

"ఇంతకీ మీ గురువు ఎవరు? మమ్మల్ని ఎందుకు బంధించమన్నారు?" అని అడిగాడు కుశుడు కోపంగా.

"మా గురువుగారి పేరు తెలుసుకునే ధైర్యం మీకు ఉందో లేదో తెలియదు కానీ, చెప్పాల్సిన బాధ్యత మాకుంది, మా గురువుగారు పరశురాముల వారు, ఆయన ఆశ్రమం లోనే మీరు ఉన్నారు." అన్నాడు కాపలాదారుడు.

"అంటే ఇది జమదగ్ని ఆశ్రమమా?" అని అడిగాడు లవుడు.

కాపలాదారులు వారిని చెట్టుకు బంధించి సమాధానం చెప్పకుండా వెళ్ళిపోయారు.

“కానీ మా తమ్ముడు ఎలా ఉన్నాడో చెప్పలేదు, మా భటులు ఏమయ్యారో కూడా మాకు తెలియాలి” అని బిగ్గరగా అరిచాడు అంగదుడు.

“చూడు రాజకుమారా, మేము ఎవరి జోలికి పోము, కానీ మా ఆశ్రమం జోలికి వస్తే ఎవ్వర్నీ వదలం. మీలా ఆశ పడిన వాటికోసం నోరు లేని జీవాలని, మేలు చేసే వృక్షాలను చంపేయం. ఇంకా ఏదైనా విషయం తెలియాలంటే రేపు మా గురువు గారిని అడగండి.” అన్నాడు ఆశ్రమ వాసి.

ఆ రాత్రి మొత్తం ఆ కీచురాళ్ళ శబ్దాలతో, పాము బుసల చప్పుళ్లతో చుట్టూ అరణ్య జీవాలు అరుస్తూ ఉండగా చాలా భయంగా ఉన్నాడు అంగదుడు. లవకుశులు మాత్రం భయం లేకుండా నుంచునే గడిపారు.

“ఏంటి అన్నయ్యా, మీకు భయం వేయలేదా? చుట్టూ క్రూర మృగాలు ఉన్నట్టు ఉన్నాయి, పాముల బుసలు వినిపిస్తున్నాయి. అసలు ఏమవుతుందా అని భయంగా ఉంది.” అన్నాడు అంగదుడు.

“మాకు ఇదంతా అలవాటు అయ్యింది అంగద, మాకు కోట జీవితం అలవాటు అవ్వడానికి సమయం పడుతుంది. రోజు క్రూర మృగాల అరుపుల మధ్యనే పడుకున్నాం. ఇలాంటి ఆశ్రమంలోనే మునుల వలె బ్రతికాం. అమ్మ చెప్పే వరకు మేము ఎక్కడి వారమో తెలియదు. మొదటి రోజు కురుపద కోటకు వచ్చిన మాకు అసలు ఎక్కడ పడుకోవాలో తెలియలేదు, సంధ్యావందనం ఎక్కడ చేయాలి,

అసలు పాన్పు మీద ఎలా పడుకోవాలో కూడా తెలియలేదు మాకు . చుట్టూ ప్రకృతి మధ్య జీవించిన మాకు, కోట జీవితం కూడా ఇలానే కొత్తగా భయంగా అనిపించింది." అన్నాడు లవుడు.

"పాపం ఎంత కష్టపడ్డారు అన్నయ్యా." అన్నాడు అంగదుడు.

"అదేం కష్టం కాదు అంగద, అది జీవన విధానం. ఎవరి జీవన విధానం వాళ్ళది. కష్టం అనిపించకూడదు, అనిపిస్తే అది నీ జీవన విధానం కాదు. మెరుగైన జీవన విధానం అంటే నీతో పాటుగా నీ చుట్టూ ఉన్న వాళ్ళు కూడా ఎదగడం, అంతే కానీ వారిని కిందకి తోసి ఎదగడం కాదు. మా గురువుగారు మాకు నేర్పింది అదే" అన్నాడు కుశుడు.

కొంచెం సేపు వారు ఏమి మాట్లాడుకోలేదు. కీచురాళ్ళ కూడా లవకుశులు మాటలు విన్నాయి ఏమో, అవి కూడా అరవడం మానేసి లవకుశులు ఇంకేం చెప్తారా అని వేచి చూస్తున్నట్టుగా నిశ్శబ్దం చుట్టుకుంది.

వారి పక్కనే వారికి కాపలాగా ఉన్న ఒక భటుడు

"చిరంజీవి, మీరు ఏ ఆశ్రమంలో పుట్టారు?" అని అడిగాడు.

"మేము వాల్మీకి మహర్షి ఆశ్రమం లో జన్మించాం" అన్నాడు లవుడు.

"ఏంటి వారితో నీకు మాటలు?" అన్నారు దూరంగా నుంచుని ఉన్న మరొక భటుడు.

"మీరేం భయపడకండి, మీ తమ్ముడికి ఏమీ కాలేదు, ఇక నేను ఏమి చెప్పకూడదు, మీ భటులు కూడా జాగ్రత్తగా ఉన్నారు." అని మెల్లగా రహస్యంగా చెప్పాడు ఆ భటుడు. అది విన్న లవకుశులకి అంగదుడికి ఆందోళన తగ్గింది.

"లవా, రేపు మనం పరశురాముల వారిని కలవబోతున్నాం, ఎంతో కాలంగా ఆయన కథలు వింటూ ఉన్నాం, ఆయన్ని కలుస్తాం అని నేను కలలో కూడా అనుకోలేదు అన్నాడు కుశుడు.

"నాకైతే మాటలు రావడం లేదు, మనం ఏంటి పరుశురాములవారి ఆశ్రమంలో ఇలా బంధింప పడటం ఏమిటి, తెల్లారితే ఆయనని చూస్తాం. ఆయన మనతో మాట్లాడతారు అన్న విషయం అనిపిస్తుంటేనే ఎంతో ఆనందంగా ఉంది." అన్నాడు లవుడు.

సూర్యుడు అడవిలోకి ప్రవేశిస్తున్నాడు, సూర్యకుమారులని బంధించారని కోపం వచ్చిందేమో రోజు కన్నా తొందరగా ఎక్కువగా సెగలు కక్కుతూ పైకి లేచాడు.

జమదగ్ని ఆశ్రమం అంతా కోలాహలంగా మారింది. చుట్టుపక్కల ఆశ్రమాల నుండి వచ్చిన చిన్న పిల్లలు ఆశ్రమాల ద్వారాలకు తోరణాలు కడుతున్నారు. పిల్లలు అందరూ అందంగా పాటలు పాడుకుంటూ వంటలు వండుతున్నారు. చెట్టుకి బంధించి ఉన్న లవకుశులని, అంగదుడిని చూసిన ఒక చిన్న పిల్ల వారి దగ్గరకు వచ్చి

"ఏంటి రాత్రి ఏమైనా అల్లరి చేశారా చెట్టుకి కట్టేసారు" అని అడిగింది నవ్వుతూ.

అది విని ఉడుక్కున్న అంగదుడు

"నీకెందుకోయ్ పిల్ల, అయినా మేము ఏ తప్పు చేయలేదు. మా తమ్ముడి కోసం వస్తే కట్టేసారు. కాబట్టి మీదే తప్పు." అన్నాడు అంగదుడు.

"తాతగారి ఆశ్రమం లో తప్పు జరగడం అనేది సూర్యుడు పశ్చిమాన ఉదయించటం వంటిది, మీరే ఏదో తప్పు చేసి వచ్చి ఉంటారు. లేకపోతే తాతగారు ఎవరిని ఊరికే శిక్షించరు " అంది ఆ చిన్న పిల్ల.

"ఇదిగో బాలికా, ఏంటి ఈ రోజు ఆశ్రమం అంతా కోలాహలంగా ఉంది? ఏదైనా పండగా?" అని అడిగాడు లవుడు.

"ఈ రోజు వైశాఖ మాస శుక్ల పక్షం, తృతీయ తిథి అంటే తెలుసా?" అని అడిగింది ఆ చిన్న పిల్ల.

"ఓయ్ పిల్ల, ప్రశ్నకు ప్రశ్న సమాధానం కాదు అని నీకు నీ తాత చెప్పలేదా?" అని అడిగాడు అంగదుడు కోపంగా.

"అంటే, ఈ రోజు పరశురామ జయంతి, పరశురామ మహర్షుల వారి పుట్టినరోజు" అని అన్నాడు కుశుడు ఆ చిన్నపిల్లకి సమాధానం చెప్తున్నట్టుగా.

"అవును, ఈ రోజు మేము పండుగలా చేసుకుంటాం, మా ఆశ్రమాలన్నింటికీ ఆయనే పెద్ద దిక్కు" అంది ఆ చిన్న పిల్ల.

ఇంతలో ఆ చిన్న పిల్లని ఎవరో పిలవడంతో పరిగెత్తుకుంటూ ఆశ్రమం లోపలికి వెళ్ళిపోయింది.

ఇంతలో ఒక్కసారిగా ఆశ్రమవాసులందరూ ఒక్కసారిగా ఎవరినో స్వాగతిస్తున్నట్లు ఒక వరుసలో నుంచోడాన్ని లవకుశులు గమనించారు.

"పరశురాముల వారు వస్తున్నట్టు ఉన్నారు" అన్నాడు కుశుడు.

లవకుశులు అడవి వైపు చూసారు.

ఒక ఆజానుబాహుడు, ఒక చేతిలో గొడ్డలి, మరొక చేతిలో ధనుస్సు. పెద్ద బాహువులు, ఆయన నడకకు భూమి దద్దరిల్లుతున్నట్టుగా దుమ్ము పైకి లేస్తూ ఉంది. అప్పటిదాకా లేని గాలి ఆయనతోనే అడవి లోకి వచ్చి ఆయన కురులను కళ్ళకు అడ్డు రానివ్వకుండా ఆపుతుంది. కళ్ళల్లో గంభీర్యం, నడకలో ఠీవి. ఆయనను చూసిన ప్రతి మనిషి నుంచుని నమస్కారం చేసేలా ఉన్నారాయన.

ఆశ్రమంలో ఉన్న పిల్లలు ఆయనను చూసి నమస్కరించారు, అది చూస్తూనే ఆయన నడిచే వేగం తగ్గి, కళ్ళలో గాంభీర్యం బదులుగా ప్రేమ నిండింది. పిల్లలను పలకరిస్తూ ఆశ్రమం లోపలికి వెళ్తున్న పరశురాముడికి, చెట్టుకు బంధించి ఉన్న లవకుశులు కనిపించారు.

"ఎవరు వాళ్ళు, ఎందుకు బంధించారు?" అని అడిగాడు.

ఒక ఆశ్రమ వాసి పరశురాముడి దగ్గరకు వెళ్లి చెవిలో ఏదో చెప్పాడు. అది విన్న వెంటనే పరశురాముడు లవకుశులు వైపు వచ్చాడు.

"ఇక్కడికి ఎందుకు వచ్చారు?" అని అడిగాడు లవకుశులు అంగదుడి వైపు చూస్తూ.

10.

పరశురాముడిని చూసిన లవకుశులు, మైమరచిపోయి ఆయనను చూస్తూ ఉండిపోయారు.

"అడిగింది మిమ్మల్నే" అన్నాడు పరశురాముడు కోపంగా.

లవకుశులు ఏమి చెప్పకపోవడంతో అంగదుడు

"ఆచార్య! మేము నలుగురం కురుపద కోట నుండి అడవికి వచ్చాం. దారి మధ్యలో మా తమ్ముడు తప్పిపోయాడు. వాడిని వెతుక్కుంటూ ఆశ్రమం వైపు వస్తే మీ వాళ్ళు నిన్న రాత్రి కట్టేసారు. ఇప్పటికీ మా తప్పు ఏమిటో చెప్పలేదు." అన్నాడు అంగదుడు.

"అడవికి వచ్చి, ఏం చేద్దామని, మూగ జీవాలను మీ సంతోషం కోసం వేటాడి వాటి చర్మాలతో పాదరక్షలు కట్టించుకోవడానికా లేక మీ గోడలపై మీరు చంపిన పులులు, సింహాల తోళ్ళు పెట్టుకొని మీ బలాన్ని, గర్వాన్ని చూపించుకోడానికా? లేక ఈ ప్రకృతికి తోడు గా

జీవిస్తున్న మా ఆశ్రమాల మీద దాడులు చేయడానికా?" అని కోపంగా అడిగాడు పరశురాముడు.

అది విన్న లవకుశులు పరశురాముడి కోపాన్ని గ్రహించి వాళ్ళ తన్మయత్వం నుండి తేరుకుని

"మహోధ్య, మేము కూడా ఆశ్రమ వాసులమే, తామస నది ఒడ్డున ఉన్న వాల్మీకి మహర్షి ఆశ్రమం లోనే మేము పుట్టి పెరిగాం." అన్నాడు లవుడు.

"మరి మీకు ఈ క్షత్రియుడితో ఏం పని?" అని అడిగాడు పరశురాముడు.

"వారు మా అన్నయ్యాలు, కోశల రాజ్యాధినేత రామచంద్రుల వారి పుత్రులు" అని బదులిచ్చాడు అంగదుడు.

అది విన్న పరశురాముడి మోహంలో అప్పటిదాకా ఉన్న కోపం మాయం అయ్యి కొంచెం ప్రశాంతత వచ్చింది.

"వీరి కట్లు విప్పండి, వీరు మన ఆశ్రమానికి కీడు చేయడానికి రాలేదు." అన్నాడు పరశురాముడు.

పరశురాముడు చెప్పిన వెంటనే ఇద్దరు కాపలాదారులు పరుగు పరుగున వచ్చి ముగ్గురిని విడుదల చేశారు.

"మీ తమ్ముడికి ఆశ్రమం లోపల వైద్యం జరుగుతోంది, వైద్యం పిమ్మట తీసుకుని వెళ్లవచ్చును" అంటూ లోపలికి వెళ్ళిపోయాడు పరశురాముడు.

"మా తమ్ముడ్ని మేము చూడవచ్చా?" అని అడిగాడు కుశుడు అక్కడే ఉన్న ఆశ్రమవాసిని.

"తప్పకుండా, మీరు స్నానాది కార్యాలు కానివ్వండి, అప్పుడు చూడవచ్చు." అన్నాడు ఆశ్రమవాసి.

లవకుశులు, అంగదుడు స్నానాది కార్యక్రమాలు కానిచ్చి వారి తమ్ముడి దగ్గరకు వెళ్ళడానికి సిద్ధంగా ఉన్నారు. లవుడు ఆశ్రమాన్ని చూస్తూ

"కుశా, వాల్మీకి మహర్షుల వారు చెప్పినట్టు ఉంది కదా ఆశ్రమం, ఎంత పెద్దది, చూసావా ఎంత వృక్ష సంపద ఉందో." అన్నాడు లవుడు.

"నిజమే లవా, ప్రకృతి మరియు విజ్ఞాన భాండారం ఈ జమదగ్ని ఆశ్రమం" అన్నాడు కుశుడు.

"అన్నయ్యా, చంద్రకేతుడ్ని చూడటానికి వెళ్దామా?" అని అడిగాడు అంగదుడు.

ముగ్గురు ఆశ్రమం లోపలికి అడుగు పెట్టారు, లోపల ఒక గదిలో ఒక వైద్యుడు చంద్రకేతుడికి వైద్యం చేస్తున్నారు, చంద్రకేతుడి పక్కనే నలుగురు భటులు పడుకుని ఉన్నారు.

"ఆచార్య, ఏమయ్యింది మా తమ్ముడికి, మా భటులకి?" అని అడిగాడు కుశుడు.

"లోపల మాట్లాడకూడదు, బయటకి వెళ్ళండి, బయట అడగండి" అన్నాడు వైద్యుడు.

లవకుశులు, అంగదుడు బయటకు వచ్చి, బయట ఉన్న ఒక ఆశ్రమవాసిని అదే ప్రశ్న అడిగారు.

"మీ తమ్ముడు దేనికో చాలా భయపడ్డాడు, మీ భటులు కూడా, ఏదో క్రూర మృగాన్ని చూసారేమో, స్పృహ లేకుండా మా ఆశ్రమ భటులకు కనిపించారు, అప్పటి నుంచి వైద్యం చేస్తున్నాం. మీ తమ్ముడికి స్పృహ వస్తే ఏం జరిగిందో తెలుస్తుంది " అన్నాడు ఆశ్రమ వాసి.

అప్పుడే ఆశ్రమంలో పిల్లలందరూ ఒక దగ్గర కూర్చుని ఉండగా అక్కడే ఒక పీట మీద కూర్చున్నాడు పరశురాముడు.

"అంత గంభీరమైన పరశురాములవారు ఎంత బాగా పిల్లలతో పిల్లల వలె కలిసిపోయారో చూడు." అన్నాడు కుశుడు.

లవకుశుల్ని, అంగదుడిని చూసిన పరశురాముడు వారిని అక్కడికి రమ్మనట్టు సైగ చేసాడు, లవకుశులు, అంగదుడు వెళ్లి అక్కడ ఖాళీగా ఉన్న ప్రదేశంలో కూర్చున్నారు.

"మీ తమ్ముడికి నయం అవుతుంది భయం అక్కర్లేదు" అన్నాడు పరశురాముడు.

"ఇంతకీ వీరు ఎవరు తాతగారు?" అని అడిగింది ఒక ఆశ్రమ బాలిక.

"వీరు, కోశల రాజ్యానికి చెందిన వారు." అని బదులిచ్చాడు పరశురాముడు.

"క్షత్రియులా?" అని అడిగాడు ఒక బాలుడు.

"అవును తాతగారు, మాకు కొన్ని సందేహాలు ఉన్నాయి తీరుస్తారా?" అని అడిగాడు మరొక బాలుడు.

"తప్పకుండా, అడగండి" అన్నాడు పరశురాముడు.

"తాతగారు, మనం ఈ అడవిలో ఎందుకు ఉంటున్నాం, నగరంలో ఎందుకు ఉండటం లేదు?" అని అడిగాడు ఒక బాలుడు.

"మనిషి అనే జీవం పుట్టింది ప్రకృతిని సంరక్షించటం కోసం. అలాంటిది ఎక్కడో ప్రకృతికి దూరంగా ఉంటే ఎలా? ప్రకృతిలో ఉండే కాపాడుకోవాలి, ప్రకృతి మనకు ఏమి ఇస్తుందో తెలుసుకోవాలి, అప్పుడు మనకు ప్రకృతి మీద ప్రేమ ఏర్పడుతుంది, ప్రకృతితో

పాటుగా బ్రతకడం తెలుస్తుంది, అప్పుడు మనకి తెలియకుండానే ప్రకృతిని కాపాడుతాం." అన్నాడు పరశురాముడు.

"తాతగారు మనల్ని, ప్రకృతిని రక్షించడం క్షత్రియ ధర్మం అని నేను చదివాను, మరి క్షత్రియులు రక్షించరా?" అని అడిగాడు మరొక బాలుడు.

"ప్రకృతిని రక్షించడం ప్రతి మానవుని ధర్మం, అది ఒక కులానికి ఆపాదించకూడదు." అన్నాడు పరశురాముడు.

"మరి క్షత్రియుడు అంటే ఎలా ఉండాలి తాత గారు ?" అని అడిగాడు మరొక బాలుడు.

"క్షత్రియుడు అంటే, మానవ ధర్మాన్ని నాలుగు పాదాలపై నడపడం, ప్రజలందరూ ధర్మానికి కట్టుబడి ఉండేట్టు చెయ్యడం, ప్రజలకు ఎటువంటి లోటు లేకుండా చూసుకోవడం. ఎవరైనా వారి ప్రజలపై, రాజ్యంపై దాడి చేస్తే రక్షించడం. అదే ఒక శత్రువు శరణు కోరి వచ్చిన ఆదరించడం. ఇంకా చెప్పాలి అంటే ప్రజలందరికీ ఒక తండ్రిలా ఉండటం." అన్నాడు పరశురాముడు.

"అలాంటి క్షత్రియుడు నిజ జీవితంలో ఉంటాడా తాతగారు, పురాణాల్లో కథల్లో వినటమే కానీ నిజంగా ఎప్పుడు చూడలేదు" అన్నాడు ఒక బాలుడు.

"ఎందుకు లేడు, మీకు ఒక రాజు గురించి చెప్తాను, కోశల రాజ్యానికి అధినేత, అయోధ్యా వాసి రామ చంద్రుడు, ఆయన తండ్రి మాట

జవదాటలేదు, తండ్రి అడిగాడు అని పద్నాలుగేళ్ళ వనవాసానికి వెళ్ళిన వాడు. కేవలం శిష్ట రక్షణ, దుష్ట శిక్షణ కోసమే ఆయుధం ఉపయోగించే వాడు. ప్రకృతిని ప్రేమించే వాడు, తనను నమ్ముకున్న ప్రజలు ఎల్లప్పుడు సుఖంగా, సంతోషంగా ఉండాలి అని కోరుకునే వాడు. ఎప్పుడు పరుల వస్తువుల పై, రాజ్యంపై దండెత్తని వాడు. ఇంకా వర్ణించలేనివి చాలా ఉన్నాయి. అసలు క్షత్రియుడు అంటేనే రామచంద్రుడు." అన్నాడు పరశురాముడు.

"అవును తాతగారు, మాకు మీరు ఎలాగో, కోశలకి శ్రీ రామచంద్రులు అలా అని మేము చాలా సార్లు అనుకున్నాం" అన్నాడు ఒక బాలుడు

"ఈ పూటకి ఇంతే, వెళ్లి ఏదైనా తినండి, రాత్రి మరల మరొక కథ చెప్పుకుందాం" అన్నాడు పరశురాముడు.

అక్కడ కూర్చున్న పిల్లలందరూ వాళ్ళల్లో వాళ్ళు మాట్లాడుకుంటూ తినడానికి వెళ్లిపోయారు.

పరశురాముడు లవకుశుల దగ్గరకు వెళ్లి

"కుమారులారా, మీరు వస్తారని నాకు ముందే తెలుసు, మీకు మీ పితృవర్యుల మీద కోపం ఉందనీ తెలుసు. మీకు కోపం రావడంలో ఎటువంటి తప్పు లేదు, కానీ నేను చెప్పే ఒక్క మాట గుర్తుపెట్టుకోండి. ఎవడో తాగుబోతు ఏదో అన్నాడని మీ తల్లిని బయటకు పంపించారు అని మీరు అనుకుంటున్నారు, కానీ ఆ మాట వలన అయోధ్య వాసులకి అదే అనుమానం వచ్చి ఉంటే, మీ

పినతండ్రి లంకలో జరిగిన అగ్ని పరీక్ష గురించి చెప్పవచ్చును గాక, కానీ ఎంత వరకు ఆ తాగుబోతు సృష్టించిన వదంతుని ఆపగలరు. ఒక నిజం కన్నా ఒక అబద్ధాన్ని ప్రజలు నమ్మే అవకాశం ఉంది, అది మనిషి నైజం. ఏమో రామచంద్రుడు అదే అనుకున్నాడేమో, ఆ వదంతు వలన తన రాజ్యంలో, తనను నమ్ముకున్న ప్రజల్లో నెలకొన్న శాంతి కోల్పోతారేమో అన్న భయంతో ఆ మహాతల్లిని అడవికి పంపించేసి ఉంటారు. ఆ విషయంలో తన కన్నా, తాను ఎక్కువగా ప్రేమించే భార్య కన్నా, తనని నమ్ముకున్న ప్రజల శాంతి కోసం, తన రాజ్యం కోసం, భార్యనే వదులుకున్న మహానుభావుడు మీ పిత్రువర్యుడు. నా దృష్టిలో ఎప్పటికీ నిజమైన క్షత్రియుడు రాఘువుడే. శుభం భూయాత్ " అన్నాడు పరశురాముడు.

ఇదంతా విన్న లవకుశులు ఆలోచనలో పడ్డారు, ఇంతలో చంద్రకేతుడికి, భటులకి మెలుకువ వచ్చింది.

“ఇప్పటికి ఏమి పరవాలేదు, మీరు మీ రాజ్యానికి వెళ్ళండి. చీకటి పడే లోపు కురుపద కు బయలుదేరితే మంచింది.” అన్నాడు వైద్యుడు.

“మీ కోసం రథం సిద్ధంగా ఉంది, మీరు త్వరగా వెళ్లవచ్చునని గురువు గారు మీకు సిద్ధం చేయించారు” అన్నాడు ఆశ్రమవాసి.

లవకుశులు, అంగదచంద్రకేతులు, వాళ్ళతో వచ్చిన భటులతో పాటుగా రథం కురుపద వైపు వెళ్ళ సాగింది. ఆ రథంతో పాటుగా లవకుశులు ఆలోచనలు కూడా నడిచాయి. తాము తమ తండ్రిని

తప్పుగా అర్థం చేసుకున్నామా? అమ్మ ఎప్పుడు తన తండ్రి వలన బాధ పడినట్టుగా చెప్పలేదు, అంటే అమ్మకు అసలు బాధే లేదా? అన్న ఆలోచనలతో లవకుశులు ప్రయాణించారు.

11.

భరతుడు, వశిష్ఠ మహర్షి అయోధ్య కోటకు చేరుకున్నారు. రాజగురువు రావడంతో మహామంత్రి సుమంత్రుడు, లక్ష్మణుడు సింహద్వారం దగ్గర వినమ్రులై నిలబడ్డారు.

వశిష్ఠుడు రథం దిగి సుమంత్రుడిని చూసి భరతుడి వైపు తిరిగి,

"చూడు భరతా, ఒక రాజ్యం అభివృద్ధి చెందడానికి చాలా కారణాలు ఉండవచ్చు, ప్రజలను అపురూపంగా చూసుకునే రామచంద్రుడి వంటి రాజు, ఆయనకు సహాయంగా నీలాంటి, లక్ష్మణుడి లాంటి యువరాజులు, మంది, మార్బలం ఇలా చాలా ఉంటాయి. కానీ చాలా ముఖ్యమైన పాత్ర ఎవరిదో తెలుసా మహామంత్రిది, ఏ మహామంత్రి అయితే సుమంత్రుని వలె రాజ్యానికి, సింహాసనానికి బద్ధుడై ఉంటాడో ఆ రాజ్యం ఇంకా ఇంకా అభివృద్ధి చెందుతుంది. రామచంద్రుడు తన తండ్రి మాట కోసం రాజ్యం వదిలి వెళ్లారు, వెంటే లక్ష్మణుడు వెళ్ళాడు, భరతా... నీవు కూడా కైకేయి మీద కోపంతో అయోధ్యకి దూరంగా నందిగ్రామంలో ఉన్నావు, శత్రుఘ్నుడు రాజమాతల బాగోగులు చూసుకున్నాడు. దశరథ మహారాజు మరణించారు. కానీ రాజ్య బాగోగులు చూసుకున్నది మహామంత్రి సుమంత్రులవారు. ఈ

మహోన్నతమైన కోశల సామ్రాజ్యం సుఖసౌఖ్యాలతో ఉంది అంటే దానికి మీ సూర్యవంశపు విలువలు ఎంత కారణమో, మీకు తోడుగా నిలిచిన సుమంత్రుడు అంతే కారణం. ఈ రాజ్య గురువుగా నా ఆశీర్వాదాలు, అభినందనలు నీ పై ఎప్పుడూ ఉంటాయి." అన్నాడు వశిష్ఠుడు.

ఆ మాటలకు సుమంత్రుడి కళ్ళు చెమర్చాయి. వశిష్ఠ మహర్షికి నమస్కారం చేస్తూ

"ధన్యుడిని రాజర్షి, నేను ఏమి చేసినా అప్పుడు ఆ దశరథ మహారాజులవారి నీడలో, ఇప్పుడు నా మహారాజు శ్రీ రాములవారి చల్లని నీడ లోనే చేశాను. కానీ ఇప్పుడు వారి పరిస్థితి చూస్తే భయంగా ఉంది రాజర్షి." అన్నాడు సుమంత్రుడు.

"భయం ఎందుకు మహామంత్రి, రఘునందుని జీవితంలో కొన్ని తప్పవు, ఆయన ఎదుర్కొంటున్న ఈ పరిస్థితుల వల్ల ఈ మనిషి జాతికే ఒక ఆదర్శమూర్తిగా నిలుస్తారు. ఆయనను అనుసరించడమే మానవుల కర్తవ్యంగా మారుతుంది." అన్నాడు వశిష్ఠుడు.

వశిష్ఠుడు సుమంత్రుడు రాముని మందిరం లోకి వెళ్లారు. రాముడు వశిష్ఠుడ్ని చూసి, ఆయన పాదాలకి నమస్కరిస్తూ

"గురువర్యులకు నా ప్రణామాలు" అని అన్నాడు.

"ఏంటి రామ, ఎలా ఉన్నావు?" అని అడిగాడు వశిష్ఠుడు.

ఆ ప్రశ్నకి రాముడు చిన్నగా నిట్టూరుస్తూ,

"మీకు తెలియనిదా గురువర్యా" అని అడిగాడు.

"మంచి రోజులు ముందు ఉన్నాయి రామా, నీ కళ్ళలో దిగులు ఈ ధాత్రి ఇక చూడలేదు. నీ ప్రజలు నీ అనుజులు , అన్నిటి కన్నా ఎక్కువ నీ కుమారులు నీ కోసం ఎదురుచూస్తున్నారు. సీతకు నువ్విచ్చిన ఆఖరి మాటలు, వాగ్దానాలు నిలబెట్టుకోవాలి. అశ్వమేధ యాగం లో అయోధ్యను నమ్మి చాలా మంది కోశల సింహాసనానికి సామంతులు అయ్యారు. నీ పాలనలో సుఖంగా జీవించాలని ఎదురుచూస్తున్నారు." అన్నాడు వశిష్ఠుడు.

అది విన్న రాఘవుడు సుమంత్రుని వైపు తిరిగి

"మహా మంత్రి, మన సామంతులని, మంత్రులని, ప్రజలని అందరిని ఒక శుభముహూర్తాన సభకు పిలిపించండి మేము మరల కచేరీలకు హాజరు అవుతున్నాం అని అందరికీ తెలిసేట్టు చెయ్యండి." అన్నాడు రాఘవుడు.

"చిత్తం మహారాజా!" అన్నాడు సుమంత్రుడు.

"వర్ధిల్లు రామా!" అన్నాడు వశిష్ఠుడు.

"జై శ్రీ రామ, రఘురాముడుకి జై" అని అరిచాడు భరతుడు.

"లక్ష్మణా, నీవు వెంటనే వెళ్ళి లవకుశులను తీసుకుని రా, నాకు వారిని చూడాలని ఉంది." అన్నాడు రాముడు.

"తక్షణమే ఆ పని చేస్తాను అగ్రజా." అన్నాడు లక్ష్మణుడు.

"భరతా, మహామంత్రి మీరు బయటకు వెళ్ళండి, గురువు గారితో నేను ఒంటరిగా మాట్లాడాలి" అన్నాడు రాముడు.

"చిత్తం" అని ఇద్దరూ రాముని మందిరం నుండి బయటకు నడిచారు.

"ఏమయ్యింది రామా, దేనికో దీర్ఘంగా ఆలోచిస్తున్నావు" అని అడిగాడు వశిష్ఠుడు.

"అయోధ్య గురించి, మన రాజ్య భవిష్యత్తు గురించి గురువర్యా" అన్నాడు రాముడు.

"ఏముంది రామా, నువ్వు ఉన్నావు, నీ కోసం రాజ్యం కోసం కష్టపడే లక్ష్మణ, భరతా, శత్రుఘ్నులు ఉన్నారు రాజ్యానికి ఎల్లప్పుడూ తోడుగా మహా మంత్రి సుమంత్రుడు ఉండనే ఉన్నాడు. దేనికి దిగులు?" అని అడిగాడు వశిష్ఠుడు.

"ధర్మం ప్రకారం నా తరువాత ఈ రాజ్యానికి నా కుమారులు వారసులుగా ఉండాలి, కానీ..." అని ఏదో సంకోచిస్తున్నాడు రాముడు.

"ఎందుకా సంకోచం రామా, లవకుశులు సూర్యవంశానికి చెందిన నీ కుమారులు, వారినే కదా ఈ రాజ్యానికి వారసులుగా ప్రకటించాలి" అన్నాడు వశిష్ఠుడు.

“నిజమే గురువర్యా, నన్ను మా పిత్రువర్యులైన దశరథ మహారాజులవారు గారాబంగా ఈ కోటలోనే పెంచారు, మీరందరు నన్ను ఎంతో మురిపెంగా చూసుకున్నారు, నేను ఈ కోట లో పుట్టి, పెరిగి ప్రజలకు దగ్గర అయ్యాను. ఈ నేలపై పుట్టిన కారణంగా నాకు నా రాజ్యం అంటే చాలా ఇష్టం ప్రజలంటే మమకారం. కానీ లవకుశులు రాజ్యానికి, రాజ్య ప్రాసాదానికి, రాజ్య ప్రజలకు దూరంగా ఎక్కడో ఆశ్రమంలో పెరిగారు. వారికి అయోధ్యపై ఇష్టం ఉంటుంది అంటారా గురువర్యా?” అని అడిగాడు రాముడు.

“అనుమానం అవసరం లేదు రామా, లవకుశులకి తల్లి నీ భార్య సీతాదేవి, సీతాదేవి వారికి ఎప్పుడూ నీ గురించి చెప్తూనే ఉండేది, అందుకేగా వారికి ఊహ తెలిసినప్పటి నుండి నీ కథ చెప్పుకుంటూ అయోధ్య వచ్చారు. ఎప్పటికైనా నీ దగ్గరకే వారు చేరేది అని సీతాదేవికి తెలియదంటావా రామా. అయినా అయోధ్య అంటే ఏంటి నీ చల్లని మనస్సు, ఒకవేళ నీ మీద ఎటువంటి చిన్న తప్పుడు ఆలోచన ఉన్నా సరే, నిన్ను కలిస్తే తప్పక పోతుంది. చింతించకు రామా, నీ రాజ్య భవిష్యత్తు అద్భుతముగా ఉండబోతుంది. ముందు నీ కుమారులతో మాట్లాడు, వారికి నువ్వు చాలా అవసరం.” అన్నాడు వశిష్ఠుడు.

రాముడు, వశిష్ఠుడి కాళ్లకు నమస్కారం చెయ్యగా

“జయమ్ము రాఘువా!.” అన్నాడు వశిష్ఠుడు.

12.

లవకుశులు కురుపద కోట చేరుకున్నారు, అలసిపోయిన అంగద చంద్రకేతులు తమ గదిలోకి వెళ్లి నిద్రపోయారు. లవకుశులు కోటలో ఉన్న వనంలో కూర్చున్నారు.

“కుశా, నీకు గుర్తుందా, అమ్మ ఎప్పుడూ మన తండ్రి గారి గురించి బాధపడుతూ చెప్పలేదు. ఎప్పుడూ శ్రీ రామచంద్రులు ఎంతటి మహారాజులో, ప్రజల కోసం ఎంత పాటుపడేవారో, తండ్రి మాట జవదాటకుండా వనవాసానికి వెళ్ళారో చెప్తూనే ఉండేది. ఎప్పుడూ ఆయనే మన తండ్రి అని చెప్పలేదు, కానీ ఆయన గురించే మాట్లాడేది.” అన్నాడు లవుడు.

“అవును లవా, నీకు గుర్తుందా వాల్మీకి ఆశ్రమంలో నా స్నేహితుడికి, నీ స్నేహితుడికి ఒక సారి గొడవ జరిగింది అది కూడా రామాయణంలో సుబాహుడు గురించే అనుకుంటా, సుబాహుడిని రాముడు చంపాడు అని ఒక్కడంటే కాదని మరొకడు, అలా చాలా సేపు వాదనల తరువాత, వారిద్దరూ యుద్ధానికి దిగారు, నువ్వు ఒక వైపు నేనొక వైపు ఉన్నాం. అప్పుడు అమ్మ అది చూసి నిన్ను నన్ను పిలిచి రామలక్ష్మణుల బంధం గురించి వివరించింది, మనం ఎప్పుడూ అలాగే కలిసి ఉండాలని చెప్పింది.” అన్నాడు కుశుడు.

"అప్పుడు అమ్మ, సీతారాముల ప్రేమ గురించి చెప్తూ ఎంత మురిసిపోయేదో కదా, అప్పుడు అమ్మే సీతాదేవి అని మనకి తెలియదు కదా." అన్నాడు లవుడు.

"నిజమే కుశ, అమ్మ ఎప్పుడు తండ్రిగారిని ప్రేమిస్తూనే ఉంది, మన తండ్రి గారు కూడా అంతే ఏమో." అన్నాడు కుశుడు.

ఇదంతా అప్పుడే కోశల కోట నుండి వచ్చిన లక్ష్మణుడు, ఊర్మిళ విన్నారు.

లక్ష్మణుడు లవకుశుల దగ్గరకు వెళ్లి,

"కుమారులారా, అరణ్య ప్రయాణం బాగా జరిగిందా?" అని అడిగాడు.

"బాగా అంటే..." అని మొదలు పెట్టి చంద్రకేతుడు తప్పిపోవడం నుండి వారు పరశురాముల వారిని కలవడం వరకు మొత్తం చెప్పారు.

"పరశురాములవారిని కలిసారా, అది మీ పూర్వజన్మ సుకృతమే." అని అంది పక్కనే ఉన్న ఊర్మిళ.

"కుమారులారా, మీరు కోశల కోటకు రావాలి, అగ్రజులవారు మిమ్మల్ని కలవాలని కబురు పంపారు." అన్నాడు లక్ష్మణుడు.

"అవునా... పరశురాములవారిని కలిశాక మాకు మా తండ్రి గారిని కలవాలని ఉంది, రేపే వెళదామా?" అని అడిగాడు లవుడు.

లక్ష్మణుడు సరే అనగా లవకుశులు ఆనందంగా ఆ రాత్రి నిద్రించారు.

ఇదిలా ఉంటే...

అయోధ్య కోటలో వశిష్ఠుడు నిద్రలో ఉండగా ఆకాశవాణి వినిపించింది

"వశిష్ఠ మహామునీ, రాముడు అవతారం చాలించాల్సిన సమయం ఆసన్నమయింది. అది రాముడికి తెలియజెప్పడానికి స్వయంగా కాలపురుషుడే వస్తారు. మీరు, రాజ్యం సిద్ధంగా ఉండాలన్నది మా కోరిక." అని ఆగిపోయింది.

అది విని ఉలిక్కిపడి లేచిన వశిష్ఠుడు, "ఇది ఆశించినదే, కానీ రాముడికి, రాజమాతకి, ముఖ్యంగా లక్ష్మణుడికి, లవకుశులకి చెప్పేదెలా. లక్ష్మణుడు రాముడి కోసం ఎంతటి వారినైనా ఎదిరిస్తాడు, అదే కాలపురుషుడ్ని ఎదిరిస్తే, అది రాజ్యానికి, ప్రజలకు ఎవరికీ మంచిది కాదు. ఇప్పుడు నా తక్షణ కర్తవ్యం రాజ్యాన్ని అంటే లవకుశల్ని యువరాజులుగా చేసేట్టు చెయ్యడం." అని తనలో తానే అనుకున్నాడు వశిష్ఠుడు.

13.

కురుపద కోట నుండి లక్ష్మణ ఊర్మిళలు ఒక రథంలో బయలుదేరగా, మరొక రథంలో లవకుశులు, అంగద చంద్రకేతులు బయలుదేరారు.

తమ తండ్రిని చాలా రోజుల తరువాత కలుస్తున్న సంతోషం లవకుశుల కళ్ళల్లోనే కాకుండా వేషధారణలో కూడా తెలుస్తోంది.

మంచి దర్జీ కుట్టిన పట్టు వస్త్రాలు ధరించారు. నుదుటున సూర్యవంశ తిలకంతో చూస్తుంటే స్వయంగా బాల రాముడ్ని చూసినట్టే ఉంది.

"మీరు ఎప్పుడైనా అయోధ్య కోటకు వెళ్ళారా?" అని అడిగాడు చంద్రకేతుడు.

"వారిని తండ్రిగారు అక్కడనుండే తీసుకొని వచ్చారు కదా" అన్నాడు అంగదుడు.

"నిజమే, కానీ అప్పుడు పరిస్థితి వేరు, ఇప్పుడు అయోధ్యకు వెళ్తునందుకు చాలా ఆనందంగా ఉంది." అన్నాడు లవుడు.

"అమ్మ ఉన్నప్పుడు రామాయణం ఆలపించడానికి వచ్చాము. మరలా అమ్మ ఇంకా లేదు అన్నప్పుడు మేము చిన్నప్పటి నుంచి ఆరాధించే రఘురాముడే మా తండ్రి అని మాకు తెలిసిన తరువాత అప్పుడు మాకు ఆయన మీద కోపం, ఇప్పుడు ఆయన మీద ప్రేమతో వెళ్తున్నాం." అన్నాడు కుశుడు.

"అది కోపం కాదు చిన్న అలక ఏమో కుశ." అన్నాడు లవుడు నవ్వుతూ.

"మీకు అయోధ్య కోట ఎలా ఉంటుందో తెలుసా, చాలా పెద్ద కోట, ఎటు చూసినా పెద్ద పెద్ద ద్వారాలు, ఏ సమయంలో అయినా ప్రజలు రావచ్చు, అడ్డుపడే వారు ఉండరు, భటులు అన్ని వైపులా ఉంటారు కానీ ప్రజల్ని ఏమి చేయరు. అలా సింహద్వారం నుండి లోపలికి వస్తే పెద్ద సభామండపం. ఎంత పెద్దదో తెలుసా అయోధ్యలో ఉన్న పండిత

పామరులు ఒకేసారి వచ్చినా సగానికి కూడా చేరరు. సభామండపం ఒక పక్కగా సూర్యభగవానుడి పెద్ద విగ్రహం, దానికి దగ్గరే మహారాజులు కూర్చుంటారు. వెనుక గోడ పైన సూర్యవంశ రాజుల ముఖచిత్రాలు. ఆ ముఖచిత్రాల నుండి వారు మనల్ని, పాలించే రాజు ప్రవర్తనను చూస్తున్నారా అనిపించేలా ఉంటాయి. ఆ సభామండపం లోపలి నుండి కోట లోపలికి ద్వారం ఉంటుంది. ఆ ద్వారం తెరిచిన వెంటనే రఘురాముల వారి చిన్నప్పటి విగ్రహం, బాలరామ విగ్రహం అంటారు, ఎంత ముద్దుగా ఉంటుందో తెలుసా, ఇప్పుడు మీరు ఉన్నట్టు ఉంటారు ఆ విగ్రహంలో. దశరథ మహారాజుల వారు స్వర్గలోక శిల్పుల చేత చెక్కించారు అని అందరూ చెప్తుంటే విన్నాను. ఆ బాలరాముడి పాదాల నుండే సరయు నది పుట్టింది అని అంటారు. ఆ బాలరాముడి విగ్రహం దాటాక అందరి మందిరాలు ఉంటాయి." అన్నాడు చంద్రకేతుడు.

"ఇంకా అయోధ్య నగరం గురించి చెప్పలేదేం, ఎంత సుందర నగరమో తెలుసా, ప్రజలందరూ ఆనందంగా ఉంటారు. రత్నాలు, బంగారం, వజ్రాలు దారంతా అమ్ముతూ ఉంటారు, ఎక్కడ చూసిన సుందర మైదానాలు. ఎంత మంది అతిథులు వచ్చినా ఎలాంటి ఇబ్బంది కలగకుండా అందరిని సమానంగా, సౌఖ్యంగా చూసుకునే పూటకూళ్ళ ఇళ్ళు. నేరం అనే ప్రస్తావనే రాని నగరం అయోధ్య. నగరవాసులందరు శ్రీరామ నామం స్మరించుకునే, రోజు ప్రారంభిస్తారు, అదే శ్రీ రామ నామం తోనే రోజుని ముగిస్తారు. " అన్నాడు అంగదుడు.

అలా అంగద చంద్రకేతులు అయోధ్య కోటను, అయోధ్య నగరాన్ని వర్ణిస్తూ ఉండగానే వారి రథాలు అయోధ్య నగర పొలిమేరకు చేరుకున్నారు.

"మీకు తెలుసా శ్రీరాములవారు ఎప్పుడు అయోధ్య తిరిగి వచ్చినా రథం బయటకు వచ్చి ప్రజలందరికి నమస్కరిస్తూ కోటలోకి వెళ్లేవారు." అన్నాడు అంగదుడు.

అది విన్న లవకుశులు రథం నుండి పైకి లేచి ప్రజలకి నమస్కారం చేయసాగారు. ప్రజలు అది చూసి

"రాజకుమారులు జై, శ్రీరామ పుత్రులకు జై" అని జేజేలు పలికారు.

ఇదంతా ముందు వెళ్తున్న లక్ష్మణుడు రథం ఆపి గర్వంగా లవకుశులను చూసాడు. అలా అయోధ్య కోటలోకి చేరుకున్నాయి.

కోట ద్వారం దగ్గర రాజమాతలు, యువరాజులు భరతా శత్రుఘ్నుల, మహామంత్రి సుమంత్రుడు, రాజగురువు వశిష్ఠుడు వేచియున్నారు.

లక్ష్మణుడు రథం దిగి రాజమాతలకు, రాజగురువుకు నమస్కారం చేస్తూ.

"మీరు.. మమ్మల్ని ఆహ్వానించాలా?" అని అడిగాడు.

"ఆహ్వాన కార్యక్రమం మీకు కాదు రాజా, తమ మనవళ్లను చూడాలన్న ఉత్సాహం రాజమాతలది, అయితే రాజకుమారులను

చూడాలన్న ఉత్సాహం రాజగురువులది " అన్నాడు సుమంత్రుడు నవ్వుతూ.

లవకుశులును, అంగద చంద్రకేతులను చూసిన లక్ష్మణుడు,

"రండి కుమారులారా, ముందుగా రాజగురువుల వారికి నమస్కారం చేయండి" అన్నాడు లక్ష్మణుడు.

లవకుశులు, అంగద చంద్రకేతులు వశిష్ఠుడికి నమస్కారం చేశారు.

"దీర్ఘాయుష్మాన్ భవ" అని వారిని పైకి లేపి

"కుమారులారా, మీ రాక నాకు చాలా సంతోషాన్ని ఇచ్చింది, రాముడిలో ధైర్యాన్ని పరాక్రమాన్ని, సీతాదేవి ఓర్పుని మీకు ప్రసాదించాలి అని దేవుడ్ని ప్రార్థిస్తాను, కానీ లక్ష్మణుడి ముక్కోపాన్ని ప్రసాదించకూడదని ఇంకా ఎక్కువ ప్రార్థిస్తాను." అన్నాడు వశిష్ఠుడు లక్ష్మణుడ్ని చూసి నవ్వుతూ .

"నా కోపం మంచికే గురువర్యా, నా అగ్రజుడ్ని కాపాడుకోడానికి నాకా కోపం. అగ్రజుడ్ని ఎవరైనా ఏమైనా అంటే కూడా నాకు కోపమే" అన్నాడు లక్ష్మణుడు.

"కుమారులారా, మీ గురించి రాఘువుడు వేచి చూస్తున్నారు, వెళ్లి కలవండి. మాతో తరువాత మాట్లాడవచ్చు." అంది రాజమాత కౌశల్య.

లవకుశులు లోపలికి వెళ్తూ ఉండగా

“నేను తీసుకుని వెళ్తాను” అన్నాడు సుమంత్రుడు.

“మహా మంత్రివర్యా ... మాకు అంగద చంద్రకేతులు కోట మొత్తాన్ని వర్ణించారు, మేమే వెళ్ళగలం.” అన్నాడు లవుడు.

అలా లవకుశులు కోట లోపలికి అడుగు పెట్టారు, చంద్రకేతుడు చెప్పినట్టే చాలా పెద్ద సభామండపం, ఆ సభామండపం లో ఉన్న పూర్వపు రాజుల ముఖచిత్రాలు చూస్తున్నప్పుడు, వారందరు లవకుశులకి ఆహ్వానం పలుకుతున్నట్లుగా నవ్వుతూ వారి వైపే చూస్తున్నట్టుగా ఉన్నాయి. సభా మండపంలో ఎక్కడ చూసినా శిల్పకళా సంపద ఉట్టి పడుతున్నట్టుగా దృశ్యాలు. ఒక గోడమీద రఘు రాముని పట్టాభిషేకాన్ని సూచిస్తూ పెద్ద చిత్రపటం, ఆ చిత్రపటంలో తమ తల్లిని చూసి మురిసిపోయారు లవకుశులు. ఆ పక్కాగా అంతఃపురానికి వెళ్లడానికి పెద్ద ద్వారం, ద్వార పాలకులు ఆ ద్వారాన్ని తెరిచిన వెంటనే పెద్ద బాల రాముడి విగ్రహం, నల్లని ఆ బాల రాముని విగ్రహం పక్కనే సీతాదేవి విగ్రహం స్వర్ణ వర్ణంలో మెరిసిపోతూ ఉంది. నవ్వుతున్న సీతమ్మ విగ్రహాన్ని చూసిన లవకుశులు ఆశ్చర్యానికి గుర్తైయ్యారు. ఆ విగ్రహం పక్కనే రామచంద్రులవారి మందిరం, ఆ మందిరం తలుపు తీసిన వెంటనే ఏదో ఒక తెలియని అనుభూతి కలిగింది లవకుశులకి. ఆ మందిరం మొత్తం సూర్యుని కాంతి పడుతూ ఆహ్లాదంగా ఉంది. అలా లోపలికి అడుగుపెట్టిన లవకుశులకి, సూర్యభగవానుడికి నమస్కారం

చేస్తున్న రాఘవుడు కనిపించాడు. తమకే తెలియకుండా రాఘవుడికి నమస్కారం చేశారు లవకుశులు.

శ్రీరాముడు లవకుశుల వైపు చూసి నవ్వుతూ

“రండి కుమారులారా, మీ గురించే ఎదురు చూస్తున్నాను” అంటూ వారిని ఆహ్వానించాడు.

లవకుశులు లోపలికి వచ్చి రాముని పాదాల వద్ద కూర్చున్నారు, అక్కడే రాముడు కూర్చున్న స్థానం వద్ద మరొక స్వర్ణ వర్ణంలో ఉన్న సీతాదేవి విగ్రహం చూసి

“అమ్మ” అన్నారు ఇద్దరు ఒకేసారి.

“అవును, నా వద్ద నుండి వెళ్లిపోయిన నుండి నా చుట్టూ తననే పెట్టుకున్నాను, జనక మహారాజు కోటలో ఆనందంగా ఉండాల్సిన తను, నా భార్య హోదాలో నేను ఇచ్చిన మాటకు నా మీద ఉన్న ప్రేమతో ఆనందంగా వనవాసానికి వచ్చేసింది. పద్నాలుగేళ్ల వనవాసం, ఎటువంటి అరమరికలు లేకుండా చిరునవ్వుతో నాతో ఉంది. ఒక రాక్షసుడు తనను ఎత్తుకుని వెళ్ళిపోతే భయపడకుండా, బాధపడకుండా రావణుడిని ఎదిరించింది. నన్ను నా కన్నా ఎక్కువ నమ్మిన మనిషి జానకి. తను ఎక్కడున్నా ఏమి చేస్తున్న తను నా గురించి, నేను తన గురించే ఆలోచిస్తాం.” అన్నాడు రాముడు.

“అమ్మను మీరు వనవాసానికి పంపించాక, తన పేరును వందేవిగా మార్చుకుంది, ఒక్క వాల్మీకి మహర్షుల వారికి తప్పితే ఇంకెవరికీ

తెలియదు ఏమో తానే కోశల దేశపు పట్టపు రాణి సీతాదేవి అని. మేము ముని బాలాకుల వలె పెరిగాం, ఆశ్రమంలో అందరు నేర్చుకున్నట్టే వేదాలతో పాటుగా రామాయణం నేర్చుకున్నాం, కానీ వాల్మీకి మహర్షుల వారు మాకు యుద్ధ విద్య కూడా నేర్పించారు. మేము రామాయణం ఆలపించే అప్పుడు అమ్మ మొహం ఎంత వెలిగిపోయేదో తెలుసా మహారాజా, మీ ధీరత్వం గురించి, దశరథ మహారాజు వారిపై మీకున్న ప్రేమను, సీతాదేవి శ్రీరాముల వివాహ ఘట్టాలు వర్ణిస్తూ ఉంటే ఎంత ఆనందం కనిపించేదో అమ్మ మొహంలో. అమ్మ కోసమే రోజు రామాయణ పారాయణం చేసేవాళ్ళం. అంతే కాకుండా కోశల రాజ్య చరిత్ర, సూర్యవంశపు కథలను ఎప్పుడు చెప్తూనే ఉండేది. అమ్మకు మీరంటే ఎంత ప్రేమో, మీకు అమ్మ అంటే ఎంత ప్రేమో మాకు ఇప్పుడే బాగా అర్థం అవుతోంది మహారాజా. అమ్మ మిమ్మల్ని మరిపించేట్టు కాదు మిమ్మల్ని రోజు తలచుకునేలా, మీలా బ్రతకాలి అనే ఆశ కలిగేలా పెంచింది " అన్నాడు లవుడు.

లవుడు చెప్పింది విన్న రాముడి కళ్ళు చెమర్చాయి. ఇంతలో రాముని మందిరానికి రాజగురువు వశిష్ఠ మహాముని వచ్చారు.

“మిమ్మల్ని ఇలా చూస్తుంటే ఎంత సంతోషంగా ఉందో తెలుసా రామా, దశరథుల వారు నీతో లక్ష్మణుడితో ఇలానే మాట్లాడేవారు.” అన్నాడు వశిష్ఠుడు.

రాముడు లవకుశులు వశిష్ఠుడ్ని చూసి నమస్కరించారు.

"కుమారులారా మీ తండ్రి గారితో మేము అంతరంగికంగా మాట్లాడాలి, మీరు మీ నాయనమ్మ గారి వద్దకు వెళ్ళండి, లేకపోతే కోటను, ప్రజలను చూసి రండి." అన్నాడు వశిష్ఠుడు. లవకుశులు సరే అని రాముని అంతఃపురం నుండి బయటకు నడిచారు. వారు వెళ్లిన వెంటనే

"రామా, లవకుశులని యువరాజులు గా ప్రకటించు, అది ఇప్పుడు రాజ్యానికి రాజ్య భవిష్యత్తుకు, కుటుంబానికి అనివార్యం." అన్నాడు వశిష్ఠుడు.

"కానీ వారిని గురుకులానికి పంపాలి కదా గురువర్యా." అన్నాడు రాముడు.

"వారికి మంచి శిక్షణ లభించింది, వాల్మీకి మహర్షి ఆ పని ఎప్పుడో చేశారు. కానీ వారికి కావాల్సిన శిక్షణ తప్పకుండా వస్తుంది. ఒక సారి కుటుంబసభ్యులతో చర్చించి తొందరగా నిర్ణయం తీసుకోవాలి." అన్నాడు వశిష్ఠుడు.

"సరే గురువర్యా." అన్నాడు రాముడు.

లవకుశులు రాజమాతలు ఉన్న మందిరములోనికి వెళ్లారు.

వారి కోసమే ఎదురుచూస్తున్న కౌసల్య, సుమిత్ర కైకేయులు వారిని ఆహ్వానించి వారిని చూస్తూ మురిసిపోతున్నారు. అక్కడే కూర్చున్న చంద్రకేతుడు

"ఎవరైనా మాట్లాడొచ్చుగా, అలా వారిని చూస్తూ ఉండిపోతే ఎలా, ఎబ్బెట్టుగా ఉండదూ" అన్నాడు. అది విని అందరూ నవ్వారు.

కైకేయి లవకుశుల్ని చూస్తూ...

"చూడండి, లవుడికి రామయ్య ఛాయా, కుశుడికి సీత ఛాయా వచ్చాయి కదా." అని అంది.

"నిజమే" అంది సుమిత్రాదేవి.

"నా గురించి మీ అమ్మ ఏమైనా చెప్పిందా కుమారులారా, కైకేయి వల్లనే కష్టాలు పడ్డాము లేకపోతే సుఖంగా ఉండేవాళ్ళం అని చెప్పిందా." అని అడిగింది కైకేయి.

"అమ్మ ఎవరి గురించైనా చెడుగా, తప్పుగా చెప్తుందా రాజమాతా? అందులోనూ మీ గురించి. మీకు మా పిత్రువర్యులు వారు ఎంత ఇష్టమో చెప్పింది. కన్నది కౌశల్య దేవి అయినా పెంచింది మాత్రం మీరే అని చెప్పింది. మీరంటే అమ్మకు చాలా గౌరవం." అన్నాడు లవుడు.

"ఇక నుండి మీరు ఇక్కడే ఉండాలి, మిమ్మల్ని మేము విడిచి ఉన్నది చాలు." అంది కౌసల్యాదేవి.

"అన్నయ్యాలు ఇక్కడ ఉంటే మేము ఇక్కడే ఉంటాం" అన్నాడు చంద్రకేతుడు.

"తప్పకుండా, లక్ష్మణా ఇక నువ్వు రాముని వద్దనే ఉండవచ్చుగా ?" అని అడిగింది కౌసల్యా దేవి.

"తప్పకుండా రాజమాత." అన్నాడు లక్ష్మణుడు.

ఇంతలో మహామంత్రి సుమంత్రుడు పరుగు పరుగున మందిరములోనికి వచ్చాడు.

అది చూసిన లక్ష్మణుడు " ఏమైంది మహామంత్రి, ఏదైనా ప్రమాదమా?" అని అడిగాడు.

"లక్ష్మణా వెంటనే మహారాజులవారికి ఒక విషయం తెలియజేయాలి. రాజ్యానికి ఒక ముప్పు వాటిల్లింది." అన్నాడు సుమంత్రుడు.

14.

"ఏమయ్యింది మహామంత్రి మన రాజ్యానికి ముప్పా?" అని అడిగాడు లక్ష్మణుడు.

"అవును లక్ష్మణా, నీకు అంతఃగిరి సామంత రాజు అశ్వధుడు గుర్తున్నారా?" అని అడిగాడు సుమంత్రుడు.

"గుర్తున్నారు, ఆయన మొన్న సభకు వచ్చారు కదా, మీరు ఒక మంత్రిని కూడా పంపుతాను అన్నారు" అని అన్నాడు లక్ష్మణుడు.

"అవును, ఆ మంత్రి , అశ్వదుడు ఇద్దరు మరణించారని మన వేగుల వార్త" అన్నాడు సుమంత్రుడు.

"ఏంటి! మన సామంత రాజుని, మంత్రిని హతమార్చరా ఎవరది?" అన్నాడు లక్ష్మణుడు కోపంగా.

"అదే తెలుసుకోవాలి, అది రఘురాముని రాజ్యంలో భాగం అని తెలిసినా ఎవరు ఈ సాహసం చేసి ఉంటారో" అన్నాడు సుమంత్రుడు.

ఇంతలో ఒక భటుడు సుమంత్రుని వద్దకు వచ్చి

"మహామంత్రివర్యా ఎవరో ఒక బ్రాహ్మణుడు మహారాజుగారి తో మాట్లాడాలి అని అడుగుతున్నారు, చూస్తుంటే ఆందోళనగా ఉన్నారని మీ వద్దకు వచ్చాను." అని అన్నాడు భటుడు.

"పేరు ఏమైనా చెప్పారా?" అని అడిగాడు సుమంత్రుడు.

"మధురపురి నుండి చియావనుడు అని చెప్పాడు మహామంత్రి" అని బదులిచ్చాడు ఆ భటుడు.

"మధురపురి నుండి చియావనుడు అంటే భృగు మహర్షి పుత్రులు, వేగిరంగా తీసుకురా" అన్నాడు సుమంత్రుడు.

"భృగు మహర్షి కుమారుడు ఇక్కడికి ఎందుకు వచ్చినట్లు?"అని అడిగాడు లక్ష్మణుడు.

ఇంతలో చియావనుడు పరుగులాంటి నడకతో సుమంత్రుడు లక్ష్మణుడు ఉన్న వద్దకు వచ్చాడు.

"శరణు శరణు… అయోధ్యాపురి శరణు శరణు…!!" అంటూ వచ్చాడు చియావనుడు.

దేనినో చూసి భయపడినట్టుగా ఉంది చియావానుడి మొహం, ఆయాసపడుతూ, చెమటలు కక్కుతూ లక్ష్మణుడి ఎదురుగా నుంచున్నాడు.

"ఏమైంది మహర్షి, ఏదైనా ప్రమాదమా?" అని అడిగాడు లక్ష్మణుడు.

"ఇది శ్రీ రామచందుల వారికి తెలియాలి మా మధురపురి కి పెద్ద ముప్పు వచ్చింది." అన్నాడు చియావనుడు.

చియావనుడి మాటలు శ్రీరాముడి మందిరం వరకు వినిపించడంతో శ్రీ రాముడు పరుగుతో బయటకు వచ్చాడు.

శ్రీరాముడిని చూసిన చియావనుడు.

"శరణు శ్రీరామ శరణు, మమ్మల్ని మీరే కాపాడాలి." అన్నాడు చియావనుడు.

"నేను శరణు ఇస్తున్నాను మునివర్యా, నిర్భయంగా చెప్పండి." అన్నాడు రాముడు.

"ఓ రఘుకులోత్తమా, నా పేరు చియావానుడు. భృగు మహర్షి పుత్రుడను. నేను నా శిష్యులు మధురపురి అరణ్యంలో ఒక ఆశ్రమం ఏర్పాటు చేశాం, అక్కడ ఆయుర్వేద నిలయాన్ని ఏర్పాటు చేసి అందరికీ వైద్యం చేస్తూ ఉంటాం. మధురపురి అరణ్యంలో ఎక్కడా దొరకని వన మూలికలు ఉంటాయి. వాటిని ఉపయోగించి నేను చ్యవనప్రాస అనే ఆయుర్వేద లేహ్యాన్ని కనిపెట్టాను. మనుష్యులు

చ్యవనప్రాసాన్ని వాడితే మరలా అదే కుటుంబంలో జన్మిస్తారు. ఆ లేహ్యామే మధురపురికి, మధురపురి అరణ్యానికి ముప్పు అవుతుందని నేను ఊహించలేదు. ఆ లేహ్యామే మధురాసురిడికి ప్రాణం పోసింది" అన్నాడు చియావనుడు.

"మధురాసురుడు అంటే మధురపురి పూర్వ రాజు మధుర స్వప్నుడి పుత్రుడు కదా?" అని అడిగాడు మహా మంత్రి సుమంత్రుడు.

"మధురస్వప్నుడు అనగా తండ్రిగారి ప్రియమైన మిత్రుడు." అన్నాడు రాముడు.

"అవును మహారాజా, ఇద్దరు ఒకే గురుకులంలో శిక్షణ పొందారు, మధురస్వప్నుడి అసలు పేరు స్వప్నుడు. ఆయన నిద్రపోయేటప్పుడు దేవతలతో మాట్లాడి తన రాజ్యానికి మేలు జరిగేలా చేసాడని, దేవతలు మధురపురిలో కాలం గడిపేవారని కథలు గా విన్నాను. దానితో ఆయనకు అహంకారం పెరిగి స్నేహితులని సైతం దూరం పెట్టారని అంటారు." అన్నాడు సుమంత్రుడు.

"అవును మహారాజా, ఆయన పుత్రుడే ఈ మధురాసురుడు. దేవతలు తిరిగే మధురపురి మీద రాక్షసుల కళ్ళు పడ్డాయి, అలా దేవతల చాటున వచ్చి మధురస్వప్నుడి పుత్రుడిని అసురుడిని చేశారు. ఇది గ్రహించిన మధురస్వప్నుడు ఆ అసుర పుత్రుడిని సంహరించి మధురపురి అరణ్యంలో

వదిలేశారు. నేను అసురుడ్ని గ్రహించలేక నా లేహ్యాన్ని ఆ బిడ్డకు పట్టాను. అప్పటినుండి పెరిగి అసురుల సహాయంతో పెద్దవాడైన ఆ బిడ్డకు మధురాసురుడు అనే పేరును పెట్టారు అసురులు. అప్పటినుండి మధురపురి రాజ్యాన్ని తన వశం చేసుకున్నాడు, తన తండ్రి మధురస్వప్నుడ్ని హతమార్చి తన అసురత్వాన్ని చాటుకున్నాడు. నేను తయారు చేసిన లేహ్యాన్ని అసురుల పాలు చేయాలని ప్రయత్నించగా నేను అంతఃగిరి సామంత రాజు అశ్వతుడ్ని కలిశాను కానీ, ఆ మధురాసురుడు ఆయననూ సంహరించి అంతఃగిరి రాజ్యాన్ని తన వశం చేసుకున్నాడు. అంతే కాకుండా 'కోశల' రాజ్యం తనదంటూ సూర్యవంశాన్ని అంతం చేస్తాను అని ప్రతిజ్ఞ చేసాడు. మీరే మాకు శరణు ఇవ్వాలి." అన్నాడు చియావనుడు.

అది విని లక్ష్మణుడు కళ్ళు కోపంతో ఎర్రబడ్డాయి.

"ఎవడో ఒక తుచ్ఛమైన అసురుడు రఘురాముని రాజ్యం మీద సూర్యవంశం పైన దండెత్తాలని ప్రయత్నిస్తున్నాడు. ఆ అసురుడ్ని హతమార్చాలి" అన్నాడు కోపంగా.

ఇదంతా విన్న లవకుశులు-

"హతమార్చడం కాదు, అసురులు ఎవరూ మన రాజ్యం వైపు కానీ, మన మహారాజుని కానీ చూడాలన్నా, ఏదైన మాట మాట్లాడాలన్నా భయపడాలి." అన్నాడు లవుడు.

“నేను వెంటనే అంతఃగిరి వెళ్ళాలి, ఆ అసురుడ్ని నేను ఎదురుకుంటాను.” అన్నాడు రాముడు.

“అగ్రజా, ఈ అసురుడికి మీరు అవసరం లేదు, నేను వెళ్తాను.” అన్నాడు లక్ష్మణుడు.

“లక్ష్మణా మీరు ఈ సమయంలో రాజ్యంలో ఉండటం అనివార్యం. భరతా శత్రుఘ్నులు వెళ్తే మంచిది.” అన్నాడు వశిష్ఠుడు.

“మేము తోడుగా వెళ్తాము గురువర్యా.” అన్నాడు కుశుడు.

రాముడు లవకుశులు వైపు తిరిగి

“కుమారులారా, మీరు చిన్న పిల్లలు, ఆ అసురుడ్ని ఎదుర్కోవడం కష్టం.” అన్నాడు రాముడు.

“వాళ్ళు నీ కుమారులు అగ్రజా, వాళ్ళ వయస్సులో మీరు నేను విశ్వామిత్ర మహర్షి తో తాటక వనానికి వెళ్లి అక్కడ జరిగే యజ్ఞానికి భంగం కలిగించే తాటకిని సంహరించాం, ఆ రాక్షసి కుమారులను వెళ్ళగొట్టాం. అయినా వీరు వెళ్తే రఘునందనుడి కుమారులు ఎంతటి వీరులో ఈ ప్రపంచానికి తెలుస్తుంది.” అన్నాడు లక్ష్మణుడు.

“రామా, నేను నీకు చెప్పింది ఆలోచించే సమయం ఇది, యుద్ధానికి వారిని సిద్ధం చేయాలి. వారిని వెళ్లనివ్వు.” అన్నాడు వశిష్ఠుడు.

"సరే, చియావనా మీరు మా కుమారులకు, అనుజులకు దారి చూపండి. వారు మీ వెంట వస్తారు. వారే నా అభయం." అన్నాడు రాముడు.

లవకుశులు, భరతా శత్రుఘ్నులు చియావనుడితో కొద్దిపాటి సైన్యంతో మధురపురికి బయలుదేరారు.

15.

"మధురపురి వనం చాలా అందంగా ఉంది కదా లవా." అని అడిగాడు కుశుడు.

"అవును, ఎక్కడ చూసినా చాలా ఆహ్లాదకరంగా ఉంది" అన్నాడు లవుడు.

"అవును రాకుమారుల్లారా, ఇది చాలా అద్భుతమైన వనం. ఇక్కడ ద్రోణగిరి పర్వతాలలో దొరికే అపూర్వమైన మూలికలలో శ్రేష్ఠమైనవి దొరుకుతాయి. ప్రతి చెట్టు నుండి చిన్న మొక్క వరకు అన్నిటికీ ఔషధ గుణాలు ఉంటాయి." అన్నాడు చియావనుడు.

"ఇటువంటి అద్భుతమైన వనంలో ఒక్క పక్షి జాడ లేదు, కారణం ఏంటి మహర్షి." అని అడిగాడు శత్రుఘ్నుడు.

"దానికి కారణం కూడా మధురాసురుడే యువరాజా. ఒకప్పుడు మధురపురిలో లేని పక్షి జాతి ఉండేది కాదు, ఈ వనంలో కొలనులు సంఖ్య కూడా ఎక్కువ అందువల్ల సకల జీవాలు ఇక్కడ

నివసించడానికి ఇష్టపడేవి. ఇప్పటికీ కొంతమంది పామరులు మధురపురి వనాన్ని చిలకల వనం అని పిలుస్తారు. ఇదంతా మధురాసురుడు రాక మునుపు. ఆ అసురుడు వచ్చిన నాటి నుంచి జీవాలు రావడం మానేశాయి. వాటి గూటిని అవి వదిలి వెళ్తున్నప్పుడు అవి ఎంతో బాధపడటం నేను గమనించాను." అని అన్నాడు చియావనుడు.

"అన్నీ వెనక్కి వస్తాయి మహర్షి, మరలా మధురపురి వనానికి పూర్వ వైభవం తెచ్చే బాధ్యత మాది." అన్నాడు భరతుడు.

అలా మధురపురి వనంలో ఉన్న చియావనుడి ఆశ్రమానికి అందరూ చేరుకున్నారు.

"ప్రయాణం వలన బడలిక అయ్యి ఉంటుంది, మీరు బడలిక తీర్చుకోండి." అన్నాడు చియావనుడు.

"ప్రజలు బాధపడుతూ ఉంటే, జంతు, పక్షి జాతులు సైతం ఒక అసురుడిని చూసి భయపడి ఈ ప్రదేశానికి రాలేదు అంటే పాలకులైన మా పితృవర్యులకు కానీ, ఆయన పంపిన అభయ సేన అయిన మాకు కానీ మా పినతండ్రులకు కానీ బడలిక ఉండదు మునివర్యా." అన్నాడు లవుడు.

కొద్దిసేపట్లోనే మధురపురికి రఘురాముని అనుజులు , కుమారులు వచ్చారన్న వార్త తెలిసిన ప్రజలు వారిని చూడటానికి చియావనుడి ఆశ్రమానికి చేరుకున్నారు. వారిని చూసిన శత్రుఘ్నుడు.

“ఎవరు మీరంతా ఎందుకు వచ్చారు?” అని అడిగాడు శత్రుఘ్నుడు.

“మేము మధురపురి వనవాసులం, అంతఃగిరిలో ఉన్న మధురాసురిడి బాధితులం. మీకు మేము ఆ అసురుడి వలన పడే బాధలు చెప్పుకోవడానికి వచ్చాము” అన్నారు ప్రజలలో ఒకరు.

“చెప్పండి.” అన్నాడు భరతుడు.

“మధురాసురుడు మమ్మల్ని చాలా బాధలు పెడుతున్నాడు యువరాజా, మా మధురపురి నగరం మొత్తం అసురులతో నిండిపోయింది. ఆ అసురులు మా పశువులను, పంటను కాచేస్తున్నారు. మా ఆడవారిని సైతం వదలటం లేదు యువరాజా. చిన్నపిల్లల్ని తీసుకుని వెళ్లి అసురసేన లో భాగం చేస్తున్నారు. మా గోడు విన్నవించుకుందామని మా పక్క రాజ్యమైన అంతఃగిరి రాజ్య రాజైన అశ్వధునికి చెప్పుకున్నాం. వారు మధురాసురుడి మీద పోరాటానికి వచ్చి ప్రాణాలు విడిచారు. అప్పటినుండి మాలో ఒకరిని భుజిస్తే కానీ ఈ అసురులకు నిద్రపట్టడం లేదు. మీరే మాకు శరణు.” అన్నాడు ప్రజలలలో ఒక వ్యక్తి.

“మీకేం భయం లేదు, మేము మిమ్మల్ని మధురాసురిడి నుండి కాపాడటానికి వచ్చాము.” అన్నాడు శత్రుఘ్నుడు.

“అంత కంటే సంతోషం ఏముంటుంది, స్వయానా మీరు వచ్చాక మాకు భయం లేదు. మీకు ఏ సహాయం కావాలన్నా చేస్తాం జై శ్రీరామా!!.” అన్నారు ప్రజలలో ఒకరు.

"ధన్యవాదాలు, మనం అందరం ధైర్యంగా ఆ అసురుడిపై పోరాడుదాం. రఘురాముని చల్లని నీడలో ఇలాంటి అసురులకు చోటు లేదు. జై శ్రీరామా." అన్నాడు శత్రుఘ్నుడు.

ప్రజలందరూ జై శ్రీరామా అని ఒక్కసారిగా అరిచారు. ఆ నినాదం మధురపురి కోటలో ఉన్న మధురాసురుడి చెవులకు తాకాయి.

"నా రాజ్యంలో, అది నా కోటలో ఆ రఘురాముడికి జైజైలు పలుకుతుంది ఎవరు?" అని గట్టిగా అరిచాడు మధురాసురుడు.

"అవి మన కోట నుండి వస్తున్న నినాదాలు కాదు, కోటకు దూరంగా ఉన్న మధురపురి వనం నుండి వస్తున్న నినాదాలు." అంది మధురాసురిడి తల్లి అయిన కుంభిని.

"ఎవరక్కడ!!!" అని బిగ్గరగా అరిచాడు మధురాసురుడు.

వెంటనే ఒక భటుడు మధురాసురుడు ఉన్న వద్దకు వచ్చాడు.

"రాఘవుడు మన రాజ్యానికి వచ్చి ఉన్నాడట, వారికి అసురాహ్వానం పంపడానికి మన సైన్యాన్ని పంపమని మంత్రికి చెప్పు" అన్నాడు మధురాసురుడు.

"రఘురామునిపై యుద్ధం అసాధ్యం, గుర్తుంచుకో రఘురాముడు అసురాధిపతి అయిన లంకేశ్వరుడ్ని సంహరించాడు." అంది కుంభిని.

"అమ్మా, అప్పుడు ఆ వానరసేన వలన గెలిచాడు, ఇప్పుడు అది అసాధ్యం. ఇక్కడ ఉన్నది అసురసేన. ఎలా అయినా ఈ కోశల రాజ్యాన్ని అసురులతో నింపుతాను. మరలా అసురుల ఆధిపత్యం కొనసాగుతుంది." అన్నాడు మధురాసురుడు.

16.

"మధురాసురుడి మీద యుద్ధం ప్రకటించే ముందు మనం శాంతి దూతను కానీ, పత్రాన్ని కానీ పంపాలి అది మన కర్తవ్యం." అన్నాడు భరతుడు.

"అగ్రజా, వాడొక అసురుడు, ప్రజల్ని పీడిస్తున్నాడు. అలాంటి వ్యక్తి శాంతిని ఆహ్వానిస్తాడని నేను అనుకోవట్లేదు." అన్నాడు శత్రుఘ్నుడు.

"ఆహ్వానించడం, ఆహ్వానించకపోవడం మన చేతుల్లో లేవు కదా. అది క్షత్రియ ధర్మం పాటించక తప్పదు." అన్నాడు భరతుడు.

"కానీ శాంతి దూతగా వెళ్ళేది ఎవరు?" అని అడిగాడు కుశుడు.

ఇంతలో ఒక ఆశ్రమవాసి పరిగెత్తుకుంటూ లోపలికి వచ్చి

"మధురాసురుడి సైన్యం మన ఆశ్రమం వైపు వస్తోంది" అని చెప్పాడు.

"ఆయుధాలను సిద్ధం చెయ్యండి" అన్నాడు లవుడు.

లవకుశలతో సైన్యం ఆశ్రమం బయట ఆయుధాలతో సిద్ధంగా ఉన్నారు.

ఆశ్రమ ద్వారం వద్ద చియావనుడు ఉన్నాడు.

"ఎవరది, ఇది నా ఆశ్రమం ఇక్కడికి సైన్యం రాకూడదు." అన్నాడు చియావనుడు దగ్గరగా వచ్చిన మధురాసురిడి సైన్యంతో.

"అలా అయితే మీ ఆశ్రమం లోపల రాముడు అతని సైన్యం ఎందుకు ఉన్నాయి?" అని అడిగాడు మధురాసురిడి సైన్యాధకుడు.

"మధురపురి కోశల సామ్రాజ్యంలో ఒక భాగం ఇది వారి రాజ్యం, అయినా వచ్చింది రఘురాముడు కాదు ఆయన అనుజులు మరియు కుమారులు." అన్నాడు చియావనుడు.

"మరి ఆ సైన్యం ఎందుకు?" అని అడిగాడు మధురాసురుడి సైన్యాధ్యక్షుడు.

ఇది విన్న లవుడు మధురాసురిడి సైన్యం వద్దకు వెళ్లి

"మీరు మీ రాజు మధురపురి ప్రజలకు బాధ కలిగిస్తున్నారని మాకు తెలిసింది కేవలం శాంతియుత చర్చలకు వచ్చాం, మీ రాజుకు ఒక శాంతి లేఖ ఇవ్వాలన్నదే నా కోరిక." అన్నాడు లవుడు.

అది విన్న మధురాసురుడి సైన్యాధ్యక్షుడు చాలా సేపు ఆలోచించి సరే అన్నాడు.

లవకుశులు స్వయంగా ఒక శాంతి లేఖను మధురాసురిడి సైన్యాధ్యక్షుడి వద్దకు తీసుకుని వెళ్ళి

"రఘురాముని కుమారులైన లవకుశులు, అనే పేరు ఉన్న మేము కోశల రాజ్యం తరపున మీకు, అనగా మధురాసురుడి సైన్యాధ్యక్షుడికి ఇస్తున్న శాంతి పత్రం ఇది. మీరు మీ రాజుకి ఇది అందజేస్తారని ఆశిస్తున్నాం." అని లేఖను ఇచ్చారు. ఆ లేఖను తీసుకున్న మధురాసురిడి సైన్యాధ్యక్షుడు వెనక్కి వెళ్ళాడు.

"శాంతి లేఖ ఫలిస్తుందా పినతండ్రి?" అని అడిగాడు లవుడు.

"ధర్మాన్ని పాటించడం మన చేతుల్లో ఉంది, అయినా రావణుడంతటి అసురుడిని సంహరించిన శ్రీ రాముడంతటి మనిషి లేఖ పంపితే ఆలోచిస్తాడు." అన్నాడు భరతుడు.

"క్షమించండి... మీరు పొరబడ్డారు యువరాజా మధురాసురిడి స్వప్నమే కోశల సామ్రాజ్యం, ఇది అతనికి దొరికిన విలువైన అవకాశం." అన్నాడు చియావనుడు.

మధురాసురుడికి శాంతి లేఖను అందజేశాడు సైన్యాధ్యక్షుడు.

"మహారాజా, వచ్చింది రాఘువుడు కాదు అతని అనుజులు మరియు కుమారులు. వారు మీకు ఈ శాంతి పత్రాన్ని ఇవ్వమన్నారు." అన్నాడు ఆ లేఖను ఇచ్చిన సైన్యాధ్యక్షుడు.

ఆ లేఖను అందుకున్న మధురాసురుడు చదవడం మొదలు పెట్టాడు

"మధురాసురా, ఇది కోశల సామ్రాజ్యాధినేత కుమారులైన లవకుశులు రాస్తున్న శాంతి లేఖ, మా రాజ్యంలో ఉన్న సామంత రాజ్యం అయిన మధురపురి రాజ్య ప్రజల జీవితాలకు మీరు భంగం కలిగిస్తున్నారు, అక్కడ ఉన్న పండితులకు మంచిని, విద్యను పంచడంలో సహకరించాల్సిన మీరు వాళ్ళ జీవితాలకే ముప్పు తేవడం గురించి విన్న మేము తీవ్రమైన దిగ్భ్రాంతికి గురి అయ్యాము. అంతే కాకుండా మీ వ్యవహారాన్ని అడ్డుకోడానికి వచ్చిన మీ పక్క రాజ్యమైన అంతఃగిరి సామంత రాజు అయిన అశ్వద్ధ రాజును మరియు మా మంత్రిని కూడా హత్య చేశారని మాకు తెలిసింది. కానీ కోశల యుద్ధాన్ని కోరుకోదు. మీరు మీ నడవడిక మార్చుకుని కోశల సామ్రాజ్యంలో భాగం అయ్యి మంచి కోసం పాటుపడితే మీరు చేసిన తప్పులను క్షమింప చేసే బాధ్యత మాది, మా పినతండ్రులైన భరతా శత్రుఘ్నులది అని మీకు తెలియజేస్తున్నాము. జై శ్రీరామ." అని లేఖలో ఉన్నది చదివాడు మధురాసురుడు.

"అంటే ఈ ఇద్దరు చిన్న పిల్లలు నా మీద యుద్ధం ప్రకటించి నన్ను చంపుతారా." అని బిగ్గరగా నవ్వడం మొదలుపెట్టాడు మధురాసురుడు.

"మధురాసురా, వాళ్ళు రామచంద్రుని కుమారులు, అంటే శిష్ట రక్షణ దుష్ట శిక్షణ చేసేవాళ్ళు. పైగా లవకుశులు కూడా రామచంద్రుని వలే

వీరులు అయి ఉండవచ్చు. నాకు తెలిసి రామచంద్రుడు తాటకిని చంపింది కూడా లవకుశులు వయస్సులోనే అనుకుంటున్నాను. వారితో యుద్ధం అంత మంచిది కాదు నాయనా." అంది కుంభిని.

"అమ్మా, నేను నీ కుమారుడును, ఏ తల్లికి అయినా తన కుమారుడే వీరుడుగా ఉండాలమ్మా, నీకు మాత్రం ఎప్పుడూ ఆ రాఘవుడే వీరుడు. ఓహో నువ్వు కూడా మనిషివి కదా, నువ్వు అసుర జాతికి చెందిన దానివి కాదు. మీలాంటి తుచ్ఛ మానవ జాతిని ప్రక్షాళన చేయాలి. నన్ను రాజుని కావడాన్ని అడ్డుకున్న నాన్నగారితో అది మొదలయ్యింది కానీ నీ విషయంలో... నీవు నా వెంట ఉంటావనుకున్నాను. కానీ నువ్వు కూడా ఆ తుచ్ఛ మానవురాలివే అని గుర్తించలేకపోయాను." అన్నాడు మధురాసురుడు.

"సైన్యాధ్యక్షా, నీవు, నేను అతిగా నమ్మిన నీవు, శాంతి దూతగా మారావు. అంటే నేను వారిని ఎదురుకోలేను అనుకున్నావా? నాలో శక్తి లేదు అనుకున్నావా?" అని కోపంగా అడిగాడు మధురాసురుడు.

"అవేమి మాటలు మహారాజా, వారు చిన్న పిల్లలు, మీకు వారితో పోటీ ఏంటి? మీరు యుద్ధం చేస్తే ఆ రాఘవునితో చెయ్యాలి కానీ మధ్యలో అతని అనుజులు , కుమారుల వంటి వారితో కాదు. నా రాజు మరొక రాజునే ఎదురుకోవాలి." అన్నాడు సైన్యాధ్యక్షుడు.

"అయితే ఆ శాంతి లేఖకు జవాబు పంపాలి." అన్నాడు మధురాసురుడు.

“సంధ్యా సమయం కావస్తోంది, ఇది శాంతికి చిహ్నామా?” అని అడిగాడు చియావనుడు .

“అదేంటి మహర్షి, మీరు శాంతిని కోరుకుంటున్నారా?” అని అడిగాడు కుశుడు.

“నేను మంచిని కోరుకుంటాను, కానీ శ్రీరాముడంతటి వారు లేఖ రాస్తే ఆ అసురుడు భయపడ్డాడేమో.” అన్నాడు చియావనుడు.

ఇంతలో వారి వైపు ఒక స్త్రీ నడిచి రావడాన్ని గమనించాడు కుశుడు.

“మహర్షి ఎవరు ఆ స్త్రీ?” అని అడిగాడు కుశుడు.

“ఆమె మధురాసురిడి తల్లి కుంభిని దేవి.” అన్నాడు చియావనుడు ఆశ్చర్యంగా.

17.

కుంభిని దేవి చియావనుడి ఆశ్రమానికి వచ్చి లవకుశులకి లేఖని అందించింది. అది అందుకున్న లవకుశులు ఆ లేఖని చదవసాగారు.

“రఘురాముని కుమారులైన లవకుశులకు, యుద్ధానికి నేను సిద్ధం అని చెప్పడానికే మీ జాతి అయిన మానవ జాతి స్త్రీతో ఈ లేఖను పంపుతున్నాను.” అని చదివారు లవకుశులు.

“అయితే మనం యుద్ధానికి సిద్ధం అవ్వాలి” అన్నాడు కుశుడు.

“కన్నతల్లిని పరిత్యజించి యుద్ధ సందేశం పంపాడు ఆ అసురుడు” అన్నాడు లవుడు.

“కుమారులారా, నేను ఈ రాజ్యానికి రాజైన మధురస్వప్నుడి భార్యను, నా భర్తను చంపి ఈ రాజ్యాన్ని అసుర రాజ్యంగా మార్చాడు నా కొడుకు. నా భర్త ఆఖరి వాంఛ, నా ఆఖరి వాంఛ, ఈ రాజ్యానికి అసురుల నుండి విముక్తి. ఈ యుద్ధానికి అసుర సైన్యం మొత్తం వచ్చే అవకాశం ఉంది. మీరు ఏ దారిలో అయినా మధురాసురుడ్ని సూర్యాస్తమయం లోపు సంహరించాలి. అప్పుడు ఆ అసుర సైన్యం ఏమీ చెయ్యలేదు. ఈ రాజ్య మహారాజుల వారి అనుజులైన భరతా శత్రుఘ్నుల పై నాకు నమ్మకం ఉంది.” అంది కుంభిని దేవి భరతా శత్రుఘ్నులకు నమస్కరిస్తూ అరణ్యంలోకి నడుచుకుంటూ వెళ్ళిపోయింది.

“ఆ తల్లి బాధ తీర్చలేనిది, ప్రజా శ్రేయస్సు కోసం తన కన్న కొడుక్కి వ్యతిరేకంగా ఉండాల్సిన పరిస్థితి.” అన్నాడు చియావనుడు.

“ఆ తల్లికి ఇచ్చిన మాట ఎలా అయినా నిలబెట్టుకోవాలి” అన్నాడు శత్రుఘ్నుడు.

“అసురసేన వస్తే మనకి ఇప్పుడున్న సైన్యం సరిపోతుందా పినతండ్రి?” అని అడిగాడు లవుడు.

“అసురసేన వచ్చే లోపే మధురాసురుడ్ని హతమార్చాలి.” అన్నాడు భరతుడు.

"ప్రజల్ని సిద్ధం చెయ్యండి చియావన మహర్షి, ఇప్పుడు వారే మన సైన్యం. సూర్యుడు అస్తమించడానికి ఇంకా కొద్ది సమయం మాత్రమే ఉంది. ఆ సూర్యుడు అస్తమించే లోపు ఈ రాజ్యంలో ఆ అసురుడు అస్తమించాలి." అన్నాడు శత్రుఘ్నుడు.

కొద్దిసేపట్లోనే ప్రజలందరూ చియావనుడి ఆశ్రమానికి చేరుకున్నారు.

"ప్రజలారా, ఆ మధురాసురుడి మీద ఈ క్షణమే యుద్ధానికి వెళ్తున్నాం. మాకు మీ సహకారం కావాలి. మనం మధురపురి కోట మీద ఆకస్మిక దాడి చేయాలి, అది కూడా నాలుగు వైపులా నుండి. ఇది జరుగుతూ ఉండగా కోట లోపలికి చొరబడి మధురాసురిడి ప్రాణాలు తియ్యాలి." అన్నాడు శత్రుఘ్నుడు.

"కానీ మధురాసురుడ్ని తన కోటలో చొరబడి చంపేది ఎవరు?" అని అడిగారు ప్రజల్లో ఒకరు.

"మేము వెళ్తాము" అన్నారు లవకుశులు.

"మీరా, మీరు ఎలా వెళ్తారు?" అని అడిగాడు భరతుడు.

"మధురాసురిడికి రాత్రి నర మాంసం తినే అలవాటు ఉంది. దాని కోసంగా మధురపురి వాసులలో ఇద్దరు తమని తాము సమర్పించుకోవాలి. ఈ రోజుకి ఆ ఇద్దరం మేమవుతాం." అన్నాడు కుశుడు.

"కుమారులారా, అది కష్టమైన పని." అన్నాడు భరతుడు.

"పినతండ్రి, మీరు కోటలో సైన్యం రాకుండా చూసుకోండి. మధురాసురుడ్ని చంపే బాధ్యత మాది." అన్నాడు లవుడు.

యువరాజులకు జై, లవకుశులకు జై." అని అరిచారు ప్రజలు.

భరతుడు, శత్రుఘ్నుడు కొద్ది మంది ప్రజలతో మరియు సైన్యంతో కోటకు నాలుగు వైపులా చేరుకున్నారు. ఇది గమనించిన మధురాసురుడి సైన్యాధ్యక్షుడు

"రాముని సైన్యం కోటపై దాడికి వస్తున్నారు మహారాజా." అని అన్నాడు.

"నువ్వు మన కోటలో ఉన్న సైన్యం అంతా నాలుగు దిక్కులా ఉంచు, దొరికిన వారిని దొరికినట్లు చంపేయండి." అన్నాడు మధురాసురుడు.

వెంటనే సైన్యాధ్యక్షుడు సైన్యాన్ని అన్ని వైపులా మోహరించాడు. ఒక భీకరమైన యుద్ధ వాతావరణం మధురపురి కోట దగ్గర నెలకొంది. మధురపురి ప్రజలందరూ ఏకమై దాడి చేస్తున్నారు.

లవకుశులు మెల్లగా కోటలోకి వెళ్లారు, కోటలో ఉన్న సైన్యం అంతా యుద్ధంలో ఉండటంతో ఎవరూ వారిని అడ్డుకోలేదు. మెల్లగా లవకుశులు మధురాసురుడి అంతఃపురానికి చేరుకున్నారు అక్కడే కూర్చున్న మధురాసురుడు వారిని చూసి

"ఎవరు మీరు, ఈ రోజుకి నా నరమాంసానికి ఇంత చిన్న యువకుల్ని పంపింది ఎవరు?" అని అడిగాడు మధురాసురుడు.

"మేము నిన్ను సంహరించడానికి వచ్చిన శ్రీరామ కుమారులైన లవకుశులం." అన్నారు వారి ఖడ్గాలను ఎక్కుపెడుతూ.

అది విన్న మధురాసురుడు బిగ్గరగా నవ్వాడు.

"హాహాహ్హా!!! మీరా నన్ను చంపడానికి వచ్చిన బాలకులు. నాకు భయపడి ఆ రాఘువుడు మిమ్మల్ని పంపాడా." అన్నాడు మధురాసురుడు.

"నీలాంటి తుచ్ఛమైన, నీచమైన, బలహీనమైన, అసురల సంహారానికి స్వయానా మా పిత్రువర్యులే వస్తే ఆయన రథానికి ఉన్న గుర్రపు డెక్కల చప్పుళ్లకు నువ్వు మరణించేవాడివి" అన్నాడు లవుడు.

"ప్రగల్భాలు, మీ సూర్యవంశమే ప్రగల్భాలు పలికే వంశం. వానర సైన్యం సహాయంతో తన భార్యను కాపాడుకున్నాడు మీ తండ్రి, అదే ఒక్కడే ఆ అసురాధిపతి తో పోరాడి ఉంటే ఈ పాటికి మీ కోశల అస్తవ్యస్తం అయ్యేది." అన్నాడు మధురాసురుడు.

కుశుడు అది విని మధురాసురుడి దగ్గరకు వెళ్లి ఒక్క సారిగా మధురాసురుడి కడుపులో తన ఖడ్గం తో పొడిచాడు. మధురాసురుడు గాయాన్ని భరించలేక కింద పడ్డాడు.

"చూడు మధురాసురా, మా పిత్రువర్యులు నీలాంటి వాళ్ళ దగ్గర బలప్రదర్శన చేసుకోవాల్సిన అవసరం లేదు, అయినా చెప్తున్నాను మా పిత్రువర్యులు మహా వీరులు, అందుకే అదే వానర సైన్యానికి

ఇప్పటికీ ఆయనొక దైవంతో సమానం. ఇంకా ఏమైనా వివరాలు కావాలి అంటే ఇప్పుడు నరకానికి వెళ్తావ్ కదా అక్కడ నీ లంకాసురుడు ఉంటాడు అతన్నే అడుగు." అన్నాడు కుశుడు.

మధురాసురుడు ఒక్క సారిగా తన బల్లం తీసి లవుడి వైపు విసిరాడు, ఆ బల్లెం లవుడి కుడి చేతిని గాయపరచగా లవుడు అరుస్తూ కింద పడిపోయాడు. లవుని అరుపు విని కుశుడు వెనక్కి తిరగగా, కుశుడి మెడ పట్టుకుని పైకి ఎత్తాడు మధురాసురుడు.

మధురాసురుడి పట్టు నుండి ఎలా అయినా విడిపించుకోవాలి అని గట్టిగా అరుస్తూ తన బలాన్ని కూడగట్టుకుంటున్నాడు కుశుడు. తన సోదరుడిని ఎలా అయినా విడిపించాలి అని లవుడికి రక్తం కారుతున్నా బలం కూడగట్టుకుని మధురాసురుడి పాదం మీద తన ఖడ్గాన్ని పొడిచాడు.

ఇదిలా ఉండగా శత్రుఘ్నుడు తన వైపు ఉన్న సైన్యాన్ని జయించి కోటలోకి వచ్చాడు. అప్పుడే మధురాసురుడి అంతఃపురంలో జరుగుతున్న దృశ్యాన్ని గ్రహించి వెంటనే ఒక్క వేటుతో మధురాసురుడి గుండెల్లో వేటు వేశాడు శత్రుఘ్నుడు. దానితో కిందకి కుప్పకూలిపోయాడు మధురాసురుడు.

"మధురాసురా, నీవు ఏదో జన్మలో మంచి కర్మలు చేసి ఉంటావు అందుకే ఈ జన్మలో అసురుడిగా పుట్టినా రఘురాముని చల్లని నీడలో ప్రాణాలు విడుస్తున్నావు. ఇది నీకే కాదు ఎంత మంది అసురులు వచ్చినా కోశలను కానీ కోశలలో భాగమైన ఏ సామంత

రాజ్యాన్ని తాకలేము అని అందరికీ తెలుస్తుంది." అన్నాడు శత్రుఘ్నుడు.

మధురాసురిడి మృతి గురించి తెలుసుకున్న అసురులు మధురపురి నుండి పారిపోయారు. లవకుశులు మధురాసురిడి అంతఃపురంలో ఉన్న చ్యవనప్రాసాన్ని తీసుకుని చియావానుడికి ఇచ్చారు.

"ఇక ఈ చ్యవన ప్రాసం ఏ అసురుడి కంట పడకుండా చూడండి, ప్రజా అవసరార్థం కేవలం ఒక ఔషధం లా వాడేటట్టు చూడండి." అన్నాడు శత్రుఘ్నుడు.

"తప్పకుండా యువరాజా, ఇప్పటినుండి అది నా కర్తవ్యం" అన్నాడు చియావనుడు.

అప్పుడే సూర్యాస్తమయం అయ్యింది, ఒక పక్షి జంట మధురపురి వనానికి వచ్చి తన గూటిని ఏర్పాటు చేసుకుంటూ లవకుశులవైపు, భరతా శత్రుఘ్నుల వైపు కృతజ్ఞత గా చూసింది ఆ జంట. అది చూసిన మధురపూరి ప్రజలు.

"శ్రీరాముడికి జై, లవకుశులకు జై, భరతా శత్రుఘ్నులకు జై. జయహో కోశల" అని నినాదాలు చేశారు ప్రజలు.

"ప్రజలారా, ఈనాటి యుద్ధం మనం జయించాం అంటే దానికి ఈరోజు మీరు చేసిన సాహసం. ఈ నాటి నుండి మీకు అసురుల నుండి విముక్తి. మీరు స్వతంత్రులు రఘురాముని చల్లని నీడలో

మీరందరూ సంతోషంగా ఉంటారు. మీకు ఎటువంటి బాధ వచ్చినా మీకు ఎప్పుడు అయోధ్య కోట తోడుగా ఉంటుంది." అన్నాడు శత్రుఘ్నుడు.

"నాదో చిన్న మనవి పినతండ్రులవారు" అని అన్నాడు లవుడు,

"చెప్పు కుమారా" అన్నాడు భరతుడు.

"కుంభిని దేవి గారిని ఈ రాజ్యానికి గ్రామ దేవతగా గుర్తించాలన్నది నా మనవి, ఆ దేవి తన కుమారుడ్ని సైతం లెక్క చేయకుండా ప్రజల కోసం ఈ రాజ్య భవిష్యత్తు కోసం, ఆవిడ త్యాగం చేశారు." అన్నాడు లవుడు.

"నిజం లవా, చియావన మహర్షి వర్యా, మీరు కుంభిని దేవి పై కథలు రాయండి, ఆవిడ గురించి తెలిసినవాళ్ళకి ఒక క్షత్రియ మహిళ ఎలా ఉండాలో అర్థం అవుతుంది. విన్న వాళ్లకు, చెప్పిన వాళ్లకు సైతం మంచి జరుగుతుంది అని తెలియాలి." అన్నాడు శత్రుఘ్నుడు .

"ధన్యుడిని శత్రుఘ్న, తప్పకుండా మీరు చెప్పిన కథ రాసి అందరికీ వినిపిస్తాను. అందరికీ మధురపురి గాధను తెలియజేస్తాను " అన్నాడు చియావనుడు.

18.

లవకుశులు మరియు భరతా శత్రుఘ్నులు మధురాసురిడి పై విజయం సాధించిన సంగతి గాలి కంటే వేగంగా అయోధ్య కోటకు

చేరుకుంది. రాజమాత కౌసల్యా దేవి, మహామంత్రి సుమంత్రుడిని పిలిచి

“మహామంత్రి వర్యా, ఈ విషయాన్ని రాజ్య ప్రజలందరికీ తెలిసేట్టు చెయ్యండి. వారిని అయోధ్య నగరానికి ఘనంగా ఆహ్వానించాలి. మేళతాళాలు, వేద ఆశీర్వచనాలతో వారు కోటలోకి అడుగుపెట్టాలి. పక్షం రోజుల వరకు కోశల దేశ ప్రజలందరికీ మనమే భోజనాలు పెట్టాలి. ప్రతీ వీధిలో మన యువరాజులైన భరతా శత్రుఘ్నులు, రాజకుమారులైన లవకుశుల వీరత్వాన్ని వర్ణిస్తూ గేయాలు ఆలపించాలి.” అని ఆజ్ఞాపించింది.

సుమంత్రుడు సరేనని వెంటనే రఘురాముని అంతఃపురానికి చేరుకుని

“మహారాజా, మన రాజకుమారులు, యువరాజులు ఆ మధురాసురుడ్ని వధించి మధురపురికి పూర్వ వైభవం తీసుకుని వచ్చారు.” అన్నాడు సుమంత్రుడు.

“వారు గెలుస్తారు అని నాకు తెలుసు మహామంత్రి, అశ్వమేధ యాగం అప్పుడు మన అశ్వం ఆపింది లవకుశులే కదా, వారిని తక్కువగా అంచనా వేశాడు లక్ష్మణుడు. కేవలం ఇద్దరు మన అశ్వాన్ని ఆపి లక్ష్మణుడు అంతటి వీరుడితో పోరాడారు. గెలిచే వరకు వెళ్లారు. భరతా శత్రుఘ్నులు, వారు దశరథ మహారాజు పుత్రులు, పుట్టుకతో వీరులు.” అన్నాడు రాముడు సంతోషంగా.

"నిజమే మహారాజా, వారు మధురాసురుడ్ని గెలిచినందున రాజమాత కౌసల్యాదేవి దేవి కోశల రాజ్యం మొత్తం సంబరాలు చెయ్యమని ఆజ్ఞాపించారు." అన్నాడు సుమంత్రుడు.

"మహామంత్రి, నేను , లక్ష్మణుడు తాటకిని ఓడించినప్పుడు కూడా ఇలానే సంబరాలు చేశారు కదా." అన్నాడు రాముడు.

"మీరు తాటకిని సంహరించడం ఒక ఘట్టం అయితే, మీరు జనక మహారాజు పుత్రిక సీతా దేవిని వరించారు, అప్పుడు మహారాజు దశరథులవారి సంబరాన్ని చూడాలి, చాలా సంతోషంగా ఉన్నారు మహారాజా. సీతాదేవిని, ఆవిడ నడవడికను చూసి ఎంతో మురిసిపోయారు. మీకు తగ్గ వధువు దొరికింది అనుకున్నారు. మీకు తగ్గట్టుగానే వ్యవహరించే వారు సీతాదేవి. ఆ మహారాణి స్థానానికి ఎంత వెన్న తెస్తారో అని అనుకున్నారు దశరథుల వారు." అన్నాడు సుమంత్రుడు.

"నిజమే అగ్రజా, అప్పుడు కూడా మనకు అయోధ్య ప్రజలు ఘన స్వాగతాన్ని పలికారు, ఇప్పుడు దానిని మించాలి." అన్నాడు లక్ష్మణుడు.

"అంతే కాకుండా రాజకుమారులకి వివాహం చేస్తే బాగుంటుంది అని నా అభిప్రాయం." అన్నాడు సుమంత్రుడు.

"వారి చిన్నతనాన్ని ఇంకా నేను అనుభవించాలి మహామంత్రి, వారికి నేను ఇంకా చాలా నేర్పించాలి, ఈ కోశల రాజ్యం గురించి చెప్పాలి.

మా పిత్రువర్యులు పిల్లలతో గడిపిన సమయం నేను గడప లేకపోయాను, ఇప్పుడు వారితో గడిపే సమయం ఇది. వారితో ఆటలు ఆడాలి, చిన్నప్పుడు పిత్రువర్యులు నాకు చంద్రుడిని చూపిస్తూ రాత్రి భోజనం తినిపించారు, నా అల్లరిని ఆనందించారు. అవన్నీ నేను అనుభవించాలి. లవకుశులు, లక్ష్మణుడి కుమారులు అంగద చంద్రకేతులు భరతుని కుమారులు తక్ష పుష్కలులు, శత్రుఘ్నుడి కుమారులు సుబహూ శత్రుఘాతులు వీరందరితో అల్లరి చేస్తాను. మీరు చూడటానికి సిద్ధంగా ఉండండి." అన్నాడు రాముడు నవ్వుతూ.

రాముడు చాలా రోజులకి మనసారా నవ్వుతుండంటం చూసిన సుమంత్రుడి మనస్సు పులకరించింది.

"రామా, ఎంత బాగా నవ్వుతున్నావు, నీ నవ్వు చూసి చాలా రోజులయ్యింది. ఏ క్షణం సీతాదేవిని పరిత్యజించావో అప్పటినుండి నీ మోములో నవ్వు చూడలేదు. క్షమించాలి మహారాజా మీరు నవ్వడం చూసి, చిన్నప్పుడు మీరు నవ్వుతూ అంతఃపురం అంతా తిరగడం గుర్తొచ్చింది అందుకే నువ్వు అనేశాను." అన్నాడు సుమంత్రుడు.

"మహామంత్రి, మీరు మా పిత్రువర్యులకు సన్నిహితులు నన్ను చిన్నప్పటినుండి పెంచినవారు, మీకు ఆ హక్కు ఉంది." అని సుమంత్రుడిని దగ్గరకు తీసుకున్నాడు రాముడు.

“ఇంకెప్పుడు చింత అనేది మన అయోధ్యకు రానివ్వను మహారాజా, ఎప్పుడు అయోధ్య కోటలో ఆనందాన్నే చూస్తారు.” అన్నాడు సుమంత్రుడు.

“లక్ష్మణా, లవకుశులు ఒక అసురుడితో పోరాడి వస్తున్నారు, ఎంత ఆనందంగా ఉందో తెలుసా.” అని అన్నాడు రాముడు.

“పిల్లలు ఏదైనా సాధిస్తే ఎంత కోశల రాజైనా మురిసిపోతారు, ఎప్పుడు గర్వం లేని రాముడికి గర్వం వస్తుంది.” అన్నాడు లక్ష్మణుడు నవ్వుతూ.

“నేను మనిషినే లక్ష్మణా, నా పిల్లలు, అనుజులు గెలిస్తే నాకు గర్వం రాకూడదా.” అన్నాడు రాముడు.

దానికి రామలక్ష్మణులు ఇద్దరు నవ్వుకున్నారు.

“మహారాజా, మిమ్మల్ని ఇలా చూస్తే రాజమాతలు కూడా ఆనందపడతారు. లవకుశుల్ని యువరాజుల్ని చెయ్యాలన్న కాంక్షను వారికి చెప్పవచ్చును కదా.” అన్నాడు సుమంత్రుడు.

“ఇప్పుడే కాదు మహామంత్రి, ఇది సంబరాల సమయం, ఈ సంబరాలు ముగిసాక, వారు అయోధ్యకు వచ్చాక కుటుంబ సభ్యులతో మాట్లాడదాం.” అన్నాడు రాముడు.

“సరే మహారాజా! నేను వెళ్లి వారి ఘన స్వాగతానికి ఏర్పాట్లు చేస్తాను.” అన్నాడు సుమంత్రుడు.

19.

మధురపురి మొత్తం పండుగ వాతావరణం నెలకొంది, మధురపురి నుండి మధురాసురిడికి భయపడి వెళ్లిపోయిన ప్రజలు, మధురాసురిడి అంతం తరువాత మధురపూరికి రావడం ఒక ఆహ్లాదాన్ని కలిగించింది. వచ్చినవాళ్లు అందరూ భరతా శత్రుఘ్నులకి, లవకుశులకి కృతజ్ఞతలు చెప్పుకుంటూ రాముడికి జైజైలు పలుకుతూ వారి నివాసాలను ఏర్పాటు చేసుకుంటున్నారు.

"ఎంతైనా సొంత ఇంటికి, పుట్టిన చోటుకి రావడం ఎంతో ఆనందాన్ని ఇస్తుంది కదా" అన్నాడు లవుడు.

"నిజమే, మనకి అయోధ్యకు వచ్చినప్పుడు అదే అనిపించింది కదా." అన్నాడు కుశుడు.

"మీకు ఇది మొదటి యుద్ధం, ఎలా అనిపించింది?" అని అడిగాడు భరతుడు.

"మా మొదటి యుద్ధం మా పినతండ్రులవారితోనే" అన్నాడు లవుడు నవ్వుతూ.

"అశ్వమేధ యాగం అప్పుడు లక్ష్మణుడితో చేసిన యుద్ధం కాకుండా, అయోధ్య తరపున ఇదే కదా." అని అడిగాడు భరతుడు.

"అవును పినతండ్రి, అసురులతో ఇదే మా మొదటి యుద్ధం" అన్నాడు లవుడు.

“కుమారులారా, మీరు మొదట ఆయుధం పట్టింది ఎప్పుడు?” అని అడిగాడు శత్రుఘ్నుడు.

“వాల్మీకి మహర్షుల ఆశ్రమంలో, తామస నది సమీపంలో మా గురువర్యులు ఆ అడవిలో ఉండే ప్రజల కోసం రామాయణ పారాయణం చేస్తుండగా ఒక వ్యక్తి మా ఆశ్రమానికి సైన్యంతో వచ్చి రామాయణ పారాయణం చెయ్యవద్దని ఆదేశించి మా గురువర్యులను అవమానించారు. అప్పుడే మొదటిసారి ఖడ్గాన్ని ఉపయోగించే ప్రయత్నం చేశాను. నన్ను వాల్మీకి మహర్షులవారు ఆపి, యుద్ధ విద్యలు నేర్పించే వరకు ఆయుధాన్ని పట్టుకోకూడదు అని ఆజ్ఞాపించారు.” అన్నాడు లవుడు.

“వాల్మీకి మహర్షులవారు మీకు యుద్ధ విద్యలు చక్కగా నేర్పించారు.” అన్నాడు శత్రుఘ్నుడు.

“అవును శత్రుఘ్న, నీవు ఇప్పటివరకు యుద్ధం చేయలేదు కదా, నీవు ఆ అసురుడ్ని అంత ధైర్యంగా ఎలా హతమార్చావు?” అని అడిగాడు భరతుడు.

“నేను యుద్ధం చేయకపోవడం ఏంటి అగ్రజా, యుద్ధం అంటే అస్త్రాలు పట్టుకుని చేసేదే కాదు ఒంటరితనంతో పోరాటం కూడా. అస్త్రాలతో చేసే యుద్ధం మన మహర్షులు, పురాణాలు నేర్పుతాయి. కానీ ఒంటరితనంతో యుద్ధం చెయ్యడం ఎవరు నేర్పరు. అది స్వయంగా నేర్చుకోవాలి.” అన్నాడు శత్రుఘ్నుడు.

"మీకు ఒంటరితనమా?" అని అడిగాడు కుశుడు.

"అవును కుమారా, మా అగ్రజులు, మీ పిత్రువర్యులైన రామచంద్రులవారు అరణ్యవాసానికి భార్య సమేతుడై వెళ్లిపోయారు, ఆయనతో పాటు లక్ష్మణుడు కూడా. కైకమ్మ మీద కోపంతో భరతుడు అయోధ్య కోటకు దూరంగా నందిగ్రామానికి వెళ్లి అక్కడనుండి రాజ్యాన్ని పాలించారు. రామచంద్రులవారు వెళ్లిన పద్నాలుగు రోజులకే తండ్రి దశరథులవారు కాలం చేశారు. రామచంద్రుల వారు అరణ్యవాసానికి వెళ్తూ నాతో తల్లులను జాగ్రత్తగా చూసుకోమన్నారు, అది నా బాధ్యత. తల్లుల బాధ ఊహించలేనిది, కోశలను భరతుడు జాగ్రత్తగా చూసుకున్నారు. అయోధ్యలో తల్లుల ఒంటరితనాన్ని నేను చూసాను. కైకమ్మ బాధ వర్ణనాతీతం. రామచంద్రుని గురించి ఏమైనా వివరం తెలిస్తే వారికి ఆనందం లేకపోతే ఎప్పుడు బాధపడుతూనే ఉండేవారు. ఆ బాధని చూస్తున్న నాకు, నా చుట్టూ ఎందరున్నా ఒంటరితనమే మిగిలింది. ఆ ఒంటరితనంతో చాలా యుద్ధం చేశాను. ఒంటరితనం అనే అసురుడి కన్నా ఆ మధురాసురుడు పెద్ద అసురుడు కాదు." అన్నాడు శత్రుఘ్నుడు.

అది విన్న భరతుడు వెళ్లి శత్రుఘ్నుడ్ని కౌగిలించుకున్నాడు.

ఇంతలో అక్కడికి చియావనుడు వచ్చి

"యువరాజులారా, నాదో విజ్ఞప్తి." అని అన్నాడు.

"చెప్పండి మహర్షి, మీ విజ్ఞప్తిని మేము కాదనగలమా?" అన్నాడు భరతుడు.

"రాజకుమారులకు నేను వైద్యం, కాయకల్పం లాంటివి బోధిద్దాం అనుకుంటున్నాను. వైద్యం వలన వారు, వారిని నమ్ముకున్న ప్రజలు ఎటువంటి రోగాలతో బాధపడనివ్వకుండా ఆయురారోగ్యాలతో మీ చల్లని నీడలో ఉంటారని." అన్నాడు చియావనుడు.

"మేము ధన్యులము గురువర్యా, మీ వద్ద వైద్యం, కాయకల్పం విద్యను అభ్యసించడం మాకు అంగీకారమే. ఆయుర్వేదానికి మీరు చేసిన సేవలు మా గురువర్యులు వాల్మీకి మహర్షి చెబుతూ ఉండేవారు. అలాంటి మహోన్నతులైన మీలాంటి వారు మమ్మల్ని శిష్యుల వలె అంగీకరించటం చాలా ఆనందాన్ని కలిగించింది. కానీ మాది ఒక మనవి." అన్నాడు కుశుడు.

"చెప్పు రాజకుమారా, ఏమా మనవి?" అని అడిగాడు చియావనుడు.

గురువర్యా, మేము మా పిత్రువర్యులతో చాలా సంవత్సరాలు దూరంగా గడిపాము. అయోధ్య వచ్చాక కూడా ఆయనతో గడిపిన క్షణాలు తక్కువ. కాబట్టి ఆయనతో కొన్ని రోజులు గడిపి, ఆయన అంగీకారం తీసుకుని, మీ వద్ద శిష్యరికం చేస్తాము. దయుంచి మా మనవి అంగీకరిస్తారని ఆశిస్తున్నాము." అన్నాడు కుశుడు.

“తప్పకుండా, నేనే మీతో అయోధ్య వచ్చి మా మహా రాజులైన రామచంద్రుల వారి వద్ద అంగీకారం తీసుకుని నేనే మిమ్మల్ని ఆశ్రమానికి తీసుకుని వస్తాను. అది నా కనీస కర్తవ్యం, అది నాకు తెలియచెప్పిన మీకు నా కృతజ్ఞతలు.” అన్నాడు చియావనుడు.

ఆ రాత్రి మధురపురి గ్రామం మొత్తం ఆనందంగా పండగ చేసుకుంటూ ఉండగా లవకుశులు, గ్రామవాసుల కోసం రామాయణ పారాయణం చేసారు.

20.

అయోధ్య కోటలో రాముడు సింహద్వారం వద్ద ఎవరి గురించో ఎదురు చూస్తున్నట్టు నుంచుని ఉన్నాడు. రాముడు అక్కడ ఉండటం చూసిన కోటలో సిబ్బంది, కంగారుగా అటు ఇటు పరుగులు తీస్తున్నారు. ఇంతలో అక్కడికి వచ్చిన లక్ష్మణుడు రాముడ్ని చూసి

“ఏంటి అగ్రజా, ఇక్కడ నుంచుని ఉన్నారు, ఎవరికోసమైనా ఎదురు చూస్తున్నారా?” అని అడిగాడు.

“ఇంకెవరి కోసం ఎదురు చూస్తాను లక్ష్మణా, నా పుత్రులు లవకుశుల కోసం. మన పిత్రువర్యులు మనల్ని వదిలి ఉండటం కష్టం అని ఎందుకు అనేవారో ఇప్పుడు అర్థం అవుతుంది. అయినా ఒక తండ్రి అయితే కానీ ఒక తండ్రి విలువ తెలియదు కదా లక్ష్మణా.” అన్నాడు రాముడు.

“మీకు తండ్రి విలువ తెలియకపోవటం ఏంటి అగ్రజా, మీకు పితృవాక్య పాలకుడు అనే పేరు ఉంది అని మరిచారా. ఒక తండ్రి మాటను ఎలా గౌరవించాలో మిమ్మల్ని చూసే ఈ జగతి నేర్చుకుంటుంది. అలాంటి మీరు ఇటువంటి మాట అనడం సరికాదు.” అన్నాడు లక్ష్మణుడు కోపంగా. దానికి రాముడు నవ్వి

“లక్ష్మణా, నీకింకా ఆ ముక్కు మీద కోపం తగ్గలేదయ్యా, నన్ను నేను ఏమైనా అనుకున్నా కోపం వచ్చేస్తుంది నీకు. ముక్కు మీద కోపాన్ని లక్ష్మణ కోపం అని మార్చాలని మహామంత్రి సుమంత్రుల వారికి ఆదేశిస్తాను.” అన్నాడు రాముడు.

“మిమ్మల్ని ఇలా చూసి చాలా రోజులు అయ్యింది రామయ్య. ఆ దేవుడ్ని మీరు ఎప్పుడు ఇలానే ఉండాలని ప్రార్థించాలి.” అంది అప్పుడే అక్కడికి వచ్చిన కైకేయి.

“మాకేం అవుతుంది అమ్మా, నన్ను ఏమైనా అన్నా, లేక ఏదైనా హాని చెయ్యాలి అనే ఆలోచన ఎవరికి వచ్చినా, నా లక్ష్మణుడు ఊరుకుంటాడా.” అన్నాడు రాముడు. ఇంతలో ఒక కోట భటుడు వచ్చి “మహారాజా, రాజ కుమారులు అయోధ్య నగరానికి కొద్దిసేపట్లో చేరుతారు అని మహా మంత్రివర్యులు మీకు తెలియజేయమన్నారు.” అన్నాడు.

“ఏర్పాట్లు సరిగ్గా చేశారా లక్ష్మణా? కౌశల్య అక్క ఆదేశించినట్టు వారికి మంచి ఆహ్వానం ఏర్పాటు చేసారా మహామంత్రి?” అని అడిగింది కైకేయి.

“చాలా బాగా ఏర్పాట్లు చేశారు మహా మంత్రివర్యులు, అగ్రజా మీ అంతఃపురం నుండే వారికి జరిగే వీర స్వాగతాన్ని వీక్షించే ఏర్పాట్లు చేశారు.” అన్నాడు లక్ష్మణుడు.

“మా అంతఃపురం నుండా, అదెలా?” అని అడిగాడు రాముడు.

“మీ అంతఃపురంలో ఉన్న గవాక్షం వద్ద ఒక వీక్షా వజ్రాన్ని ఏర్పాటు చేశారు, అక్కడ నుండి, ఒక అయోధ్య చుట్టుపక్కలే కాకుండా తూర్పు కోశల మొత్తం కనిపిస్తుంది సరయు నది తీరం వరకు.” అన్నాడు లక్ష్మణుడు.

“బహు చక్కగా ఉన్నది లక్ష్మణా, ఇది ఎవరి ఆలోచన?” అని అడిగాడు రాముడు.

“మహామంత్రి వారిదే ” అన్నాడు లక్ష్మణుడు.

“క్షమించండి యువరాజా, అది రాజకుమారులది. వారు వచ్చిన రోజే, మహారాజులవారికి రాజ్యాన్ని ఎప్పుడూ చూడాలన్న కోరిక ఉంటుంది ఒక వీక్షా వజ్రాన్ని మహారాజుల అంతఃపురంలో అమరిస్తే ఎటువంటి యుద్ధం వచ్చినా, ఆపద కోసం ఎవరు వచ్చినా తానే స్వయంగా చూసుకుంటారు, అంతే కాకుండా ఇది మన అయోధ్య కోటకి మణిహారంగా మారుతుంది అని చెప్పారు లవకుశులు.” అన్నాడు సుమంత్రుడు.

“చాలా మంచి ఆలోచన, ఎంతైనా రామచంద్రుని పుత్రులు కదా.” అన్నాడు లక్ష్మణుడు.

ఇంతలో అయోధ్య నగర పొలిమేరల్లో వీర స్వాగత వాయిద్యాలు మోగడటం మొదలయ్యాయి.

“అదిగో లవకుశులు, భరతా శత్రుఘ్నులు వస్తున్నారు” అంది కైకేయి.

రెండు గుర్రాలతో ఉన్న రెండు రథాలు అయోధ్యా నగరంలోకి ప్రవేశించాయి. ఒక రథం నుండి లవకుశులు, ఒక రథం నుండి భరతా శత్రుఘ్నులు రథం బయటకు వచ్చి ప్రజలందరికీ నమస్కారం చేస్తుండగా అయోధ్య ప్రజలందరూ వారిపై పూలు చల్లుతున్నారు. దారి పొడుగునా నృత్యాలు చేస్తూ, కోశల సైన్యం కోశల రాజ్య గీతాన్ని ఆలపిస్తుండగా రాజ్యంలో ఉన్న మహిళలు లవకుశులకు, భరతా శత్రుఘ్నులకు వీర తిలకాన్ని దిద్దారు. అయోధ్య మొత్తం ఒక పండుగ వాతావరణం నెలకొంది. ఆ వాతావరణాన్ని చూస్తుంటే ఒక రాజు పట్టాభిషేకం జరుగుతుందా అనిపించేట్టు ఉంది. అలా లవకుశులు, భరతా శత్రుఘ్నులు అయోధ్య కోట లోకి అడుగుపెట్టారు.

కోట ద్వారం వద్ద భరతుని భార్య మాండవి దేవి, శత్రుఘ్నుడి భార్య శ్రుతకృతి, రాజమాతలైన కైకేయి, కౌశల్య, సుమిత్ర లవకుశ, భరతా శత్రుఘ్నులకు హారతి ఇచ్చి కోట లోకి ఆహ్వానించారు.

కోట లోపల శ్రీరాముడిని చూసిన లవకుశులు పరిగెత్తుకుంటూ రాముడి పాదాలకు నమస్కారం చేశారు. భరతా శత్రుఘ్నులు ఆనందంగా లవకుశుల్ని చూశారు.

"మిమ్మల్ని చూస్తుంటే నాకు ఎంతో ఆనందంగా మరియు గర్వంగా ఉంది కుమారులారా, అనుజులారా మీరు చూపించిన వీరత్వం అభినందనీయం. మీ కన్నా ముందుగా ఈ ప్రకృతి నాకు మీ గెలుపుని తెలిపింది. మీరు ఆ అసురుడ్ని సంహరించిన తరువాత పక్షులకు రాజు గా చెప్పుకునే గెద్ద జాతికి చెందిన పక్షులు వచ్చి నాకు కృతజ్ఞతలు చెప్పారు. మధురపురి వనంలో మునుపులా వాతావరణం నెలకొంటుంది అని నేను వారికి వాగ్దానం చేశాను." అన్నాడు రాముడు.

"ఆ వాగ్దానాన్ని నమ్మి, మధురాసురుడి సంహారం అయిన వెంటనే మొదట మధురపురికి వచ్చింది ఆ పక్షులే పితృవర్యా" అన్నాడు లవుడు.

"సంతోషం, మీరు వెళ్లి సేదదీరండి , సూర్యాస్తమయం తరువాత కోటలో సంబరాలు ఉన్నాయి. మీ యుద్ధ గాధను రాజ్య ప్రజలంతా వినేట్టు గేయాలు రాయించారు మన మహామంత్రి." అంది కైకేయి.

"అవును కుమారులారా, మీరు సేదదీరండి. లవా నీ భుజానికి తగిలిన గాయాన్ని మన ఆచార్యులవారు చూస్తారు, గాయం పెద్దగా తగిలింది కదా." అన్నాడు రాముడు.

"నా గాయం నయం అయ్యింది పితృవర్యా, చియావన మహర్షులు నాకు నయం చేశారు." అన్నాడు లవుడు. రాముడు చియావనుడి వైపు కృతజ్ఞతగా చూసి నవ్వాడు.

"మంత్రివర్యా, చియావన మహర్షుల వారికి మంచి బస ఏర్పాటు చెయ్యండి." అన్నాడు లక్ష్మణుడు.

అందరూ సేదదీరుతుండగా రాముడు లక్ష్మణుడు వీక్షా వజ్రం వద్ద కూర్చుని ఉన్నారు.

"లక్ష్మణా, ఎంత తెలివిగా పెట్టించారు ఈ వజ్రాన్ని, మొత్తం తూర్పు కోశల కనిపిస్తూనే ఉంది. వీరికి వాల్మీకి మహర్షులవారు అన్నీ విద్యలు బహు చక్కగా నేర్పారు." అన్నాడు రాముడు.

"నిజమే అగ్రజా, వారిని రాజకుమారుల నుండి యువరాజులుగా ప్రకటిస్తే బాగుంటుంది కదా అగ్రజా." అన్నాడు లక్ష్మణుడు.

"నాకు ఆ ఆలోచన కలిగింది లక్ష్మణా, కానీ కుటుంబం తో మాట్లాడాలి, ఈ సంబరాలు గడిచాకా అదే నా తక్షణ కర్తవ్యం." అన్నాడు రాముడు.

"కుటుంబం తో మాట్లాడాలా, అదేంటి అగ్రజా మీ మాటని కాదని చెప్పేది ఎవరు? అయినా కుటుంబ పెద్దగా, ఒక రాజ్యానికి మహారాజుగా మీ ఆజ్ఞ అందరూ శిరసావహిస్తారు కదా ." అన్నాడు లక్ష్మణుడు.

"ఎంత కుటుంబ పెద్దను అయినా, ఎంత మహారాజును అయినా సంప్రదించి నిర్ణయాలు తీసుకోవాలి, అందరి శ్రేయస్సు గమనించుకొని నిర్ణయాలు తీసుకోవాలి అది నా కనీస కర్తవ్యం. కర్తవ్యాలను నిర్వర్తించిన వారికి మాత్రమే ఆజ్ఞాపించే హక్కు

ఉంటుంది." అన్నాడు రాముడు. ఇంతలో సుమంత్రుడు వారి వద్దకు వచ్చి

"మహారాజా, సాయం సమయానికి రాజ గురువులైన వశిష్ఠులవారు విచ్చేస్తారు, మిగిలిన మంత్రులు, సామంత రాజులు వారి వారి రాజ్యాలలో ఉత్సవం చేసి, రాజ్య ప్రజలందరికీ మధురపురి కథను మధురాసురిడి పై మనం చేసి గెలిచిన యుద్ధం గురించి వర్ణించి చెబుతారు. మన కోటలో కూడా ఏర్పాట్లు పూర్తి అయ్యాయి. మీరు, రాజమాతలు, యువరాజులు, రాజకుమారులు మిగిలిన రాజ కుటుంబానికి అంతఃపురంలో సీతా వాకిలి వద్ద ఏర్పాట్లు చేసాము. కోటలో ఉన్న వారికి దశరథ వాకిలి దగ్గర ఏర్పాట్లు జరిగాయి." అని చెప్పాడు సుమంత్రుడు.

"బహు చక్కని ఏర్పాటు మహామంత్రి, సీతా వాకిలి వద్ద రాజకుమారుల వీర గాథ అంటే వదినమ్మ ముందే తన కుమారుల వీర గాథ ఆలపించడం." అన్నాడు లక్ష్మణుడు.

"మంత్రివర్యా, భరతా శత్రుఘ్నులు ఎక్కడ?" అని అడిగాడు రాముడు.

"వారు ఆ సమయానికి సీతా వాకిలి చేరుకుంటారు మహారాజా" అని అన్నాడు సుమంత్రుడు.

"మంచిది, మీరు మీ భార్య పిల్లల్ని కూడా సీత వాకిలి కి తీసుకుని రండి." అన్నాడు రాముడు.

"ఆజ్ఞ మహారాజా" అన్నాడు సుమంత్రుడు.

అప్పటికే సాయం సమయం కావస్తుండటంతో మహామంత్రి సుమంత్రుడు ఏర్పాట్లు చూడటానికి సీత వాకిలి నుండి కోట బయటకు నడుస్తూ ఉండగా ఒక వ్యక్తి తననే చూస్తూ నవ్వుతున్నాడు అని గమనించాడు.

"ఎవరు మీరు?" అని అడిగాడు సుమంత్రుడు.

"ఈ లేఖ నీ కోసమే" అన్నాడు ఆ వ్యక్తి.

ఆ లేఖను తెరిచి దానిలో రాసి ఉన్న విషయాన్ని చదివాడు సుమంత్రుడు, ఆశ్చర్యంగా ఆ లేఖ ఇచ్చిన వ్యక్తి వైపు చూసాడు. ఆ వ్యక్తి నవ్వుతూ మాయం అయ్యాడు. వెంటనే మరలా ఆ లేఖలో ఉన్న విషయాన్ని చదవడానికి చూసాడు, కానీ ఒక్కొక్కటిగా ఆ లేఖలో ఉన్న అక్షరాలన్నీ మాయం అయ్యాయి.

21.

వశిష్ఠ మహాముని అయోధ్య కోటకు చేరుకున్నాడు. ఎప్పుడు నవ్వుతూ ఆహ్వానించే సుమంత్రుని మోము ఆందోళనగా ఉండటం గుర్తించాడు.

"ఏమైంది సుమంత్రా?" అని అడిగాడు వశిష్ఠుడు.

"రాజర్షి, నేను అనుభవించింది నిజమో లేక ఏదో పీడ కల అన్నది అర్థం కావట్లేదు." అన్నాడు సుమంత్రుడు.

"ఎవరైనా కొత్తగా కనిపించారా?" అని అడిగాడు వశిష్ఠుడు.

"అవును రాజర్షి, నాకు ఒక మాయ మనిషి కనిపించాడు, నాకు లేఖ ఇచ్చాడు." అన్నాడు సుమంత్రుడు.

"మాయ మనిషా?" అని అడిగాడు వశిష్ఠుడు.

"అవును రాజర్షి, రామరాజ్యం అంతం అయ్యే సమయం అతి తొందరలోనే ఉంది. అని ఆ లేఖలో రాసి ఉంది." అన్నాడు సుమంత్రుడు.

"అవును మహామంత్రి, ఆ విషయం నాకు ఆకాశవాణి చాలా రోజుల మునుపే తెలియజేసింది, రాజ్యాన్ని సిద్ధం చెయ్యమంది." అన్నాడు వశిష్ఠుడు.

"ఇది మహారాజులవారికి ఎలా చెప్పాలో తెలియటం లేదు." అన్నాడు సుమంత్రుడు.

"రాముడికి తెలిస్తే లక్ష్మణుడికి ఆ విషయం తెలుస్తుంది, తెలిస్తే కాల పురుషుడిని ఎదిరిస్తాడు లక్ష్మణుడు. అయినా రాముడికి ఎప్పుడు ఏమి చెయ్యాలో తెలుసు." అన్నాడు వశిష్ఠుడు.

"మరి ఆ మాయా మనిషి నాకెందుకు కనిపించినట్టు?" అని అడిగాడు సుమంత్రుడు.

"కాలానికి ఎవరూ అతీతులు కాదు మహామంత్రి. అలాంటి కాలానికి ఎదురు వెళ్లడం మంచిది కాదు అందుకే లక్ష్మణుడికి చెప్పవద్దు. రాముడు లేని రాజ్యం కోసం నీవు నేను తయారు కావాలి. రాముడు పంచిన మంచి, మనుష్య జీవం ఉండే వరకు ఎవరు మరచిపోకుండా చూడాల్సిన బాధ్యత మనపై ఉంది, అందుకే నాకు ఆకాశవాణి, మీకు ఆ మాయ మనిషి తెలియజేశారు." అన్నాడు వశిష్ఠుడు.

"కానీ మహారాజుల వారికి ఈ విషయం చెప్పాలి కదా రాజర్షి." అని అన్నాడు సుమంత్రుడు.

"రాముడికి మనం చెప్పడమా, రాముడికి తెలియనిది అంటూ ఉండదు. ఆయనకు చెప్పడానికి స్వయానా కాలపురుషుడే వస్తాడు." అన్నాడు వశిష్ఠుడు.

అప్పటికే వారు సీతా వాకిలి కి చేరుకున్నారు. లక్ష్మణుడు, ఊర్మిళాదేవి అంగద చంద్రకేతులతో, భరతుడు, మాండవిదేవిలు తక్ష పుష్కలులతో, శత్రుఘ్నుడు, శ్రుతకృతి సుబహూ శత్రుఘాతి లతో సీతా వాకిలి లో ఆసీనులయ్యారు. వారితో పాటుగా రాజమాతలైన కౌశల్య, సుమిత్ర, కైకేయు లు వారి స్థానాల్లో ఆసీనులయ్యారు . రాముడు స్వర్ణ సీత విగ్రహం తో లవకుశులతో సీతా వాకిలి కి వచ్చారు. సీతాదేవి స్వర్ణ విగ్రహాన్ని రాణి స్థానంలో ఉంచాడు. రాముడు మహారాజ స్థానంలో కూర్చున్నాడు. అది చూసిన మాండవి దేవి.

“ఇప్పుడే నా సోదరి సీతాదేవి ఉంటే ఎంత బాగుణ్ణు అనుకుంటున్నాను మహారాజా. ఆ స్వర్ణ విగ్రహాన్ని చూస్తుంటే నా సోదరి సీత నవ్వుతూ నా వైపు చూస్తున్నట్టు ఉంది.” అని అంది.

ఇంతలో కళాకారులు వచ్చి చియావానుడు రాసిన మధురపురి కథను అందరికీ వివరించి పాడసాగారు.

“వినరయ్య మధురాపురి గాధను రామాభిరామ

మధురపురి ఏలును ఒకానొక అసురుడు రామాభిరామ

అతగాడి పేరు మధురాసురుడు రామాభిరామ!” అంటూ సాగే ఆ వీర గాధను అందరూ శ్రద్ధగా వినసాగారు.

కళాకారులు కథను పూర్తి చేసిన వెంటనే రాముడితో పాటు అందరి కళ్ళు చెమర్చాయి.

“ఇంత మంచి గాధను రాసిన చియావన మహర్షికి, ఆ గాధను ఆలపించిన కళాకారులకు నా వందనాలు, ఈ గాధ విన్నవాళ్లకు ‘దేశం ముందు’ అనే విషయం తెలుస్తుంది, ఏ తల్లి అయినా తన కొడుకు బాగుండాలి అనుకుంటుంది, కానీ కుంభిని దేవి చేసిన పని విన్నాక నాకు గర్వంగా అనిపించింది. ఎప్పటికైనా మనల్ని నమ్ముకున్న ప్రజలు అంటే మనకు విలువ ఎక్కువ ఉండాలి తర్వాతే ఏదైనా.” అన్నాడు రాముడు.

“లెస్స పలికితిరి మహారాజా” అన్నాడు చియావానుడు.

“ చియావన మహర్షి, ఈ గాధ రాసినందుకు మీరు ఏ కోరిక కోరినా తీరుస్తాను. అడగండి.” అన్నాడు రాముడు.

“ఆ మాటకే నేను గర్విస్తున్నాను మహారాజా, కానీ మీ కుమారులైన లవకుశుల్ని నాతో పాటుగా మధురపురి ఆశ్రమానికి తీసుకొని వెళ్లి, వారికి వైద్యం నేర్పిద్దామన్నది నా కోరిక.” అన్నాడు చియావనుడు.

“తప్పకుండా, అది మా కుమారులు చేసుకున్న అదృష్టం.” అన్నాడు రాముడు.

“ధన్యోస్మి మహారాజా, రాజకుమారులని రేపు తీసుకుని వెళ్తాను. ఇప్పుడు సెలవు తీసుకుంటాను” అన్నాడు చియావనుడు.

“తప్పకుండా” అన్నాడు రాముడు.

“లక్ష్మణా, భరతా శత్రుఘ్నులతో, రాజమాతలతో మాట్లాడాలి, వారిని సభా మందిరానికి తీసుకురా.” అన్నాడు రాముడు.

“తప్పకుండా అగ్రజా.” అన్నాడు లక్ష్మణుడు.

లక్ష్మణుడు, భరతుడు, శత్రుఘ్నుడు, రాజమాతలు, రాజర్షి వశిష్ఠుడు, మహామంత్రి సుమంత్రుడు అందరూ సభా మందిరానికి చేరుకున్నారు.

“మధురపురి వీర గాధ విన్నాక చాలా సంతోషంగా అనిపించింది, భరతా శత్రుఘ్నుల యుద్ధ విధానం, నా పై, రాజ్యం పై వాళ్లకు ఉన్న గౌరవం విన్నాక ఆనందం అనిపించింది. మధురపురిలో మరలా

మనుష్య జీవన విధానం మొదలయ్యింది అంటే దానికి కారణం భరతా శత్రుఘ్నులు, లవకుశలు." అన్నాడు రాముడు.

"నిజమే మహారాజా, మధురపురి ప్రజలు కూడా ధన్యవాదాలు తెలుపుతూ లేఖ రాశారు" అన్నాడు సుమంత్రుడు.

"ఒక ముఖ్యమైన విషయం మాట్లాడటానికి అందరిని ఇక్కడికి ఆహ్వానించాను, కోశల రాజ్యం లో మార్పులు తీసుకుని వచ్చే నిర్ణయాలు తీసుకోవాల్సిన సమయం వస్తుంది, రాజర్షి వశిష్ఠుల వారి సలహా మేరకు లవకుశులని యువరాజులుగా చెయ్యాలి అన్నది నా అభిప్రాయం. ఎవరికీ ఎటువంటి అభిప్రాయం ఉంటే చెప్పవచ్చును." అన్నాడు రాముడు.

"రామా, నీకు నా వలన జరిగిన అవమానం, లవకుశులకి నా వలన జరగకూడదు అనేగా మమ్మల్ని సంప్రదిస్తున్నావ్?" అని అడిగింది కైకేయి బాధగా.

"కైకమ్మ, అది నేను అవమానంగా భావిస్తే కదా. నేనెప్పుడూ కలలో కూడా అలా అనుకోను." అన్నాడు రాముడు.

"నా వలనే కదయ్య నీకు వనవాసం, యుద్ధం అన్నీ" అని అంది కైకేయి.

"దానివల్లనే రావణ సంహారం జరిగింది, నాకు హనుమంతుడు, సుగ్రీవుడు, విభీషణుడి వంటి స్నేహితులు దొరికారు. అది నా బలం అమ్మా. అయినా

రోజులు మారుతున్నాయి, రాజ్య నిర్ణయంలో అందరికీ స్థానం ఉండాలి అన్నది నా కోరిక." అన్నాడు రాముడు.

"అవును కైకమ్మ, సంప్రదించని వారికి అజ్ఞాపించే హక్కు లేదని అగ్రజులవారు చెప్పారు." అన్నాడు లక్ష్మణుడు.

"మీలో ఎవరికి ఇష్టం లేకపోయినా లవకుశులు యువరాజులు అవ్వరు." అన్నాడు రాముడు.

"ఆ మాట చాలయ్య,రాజమాతలందరి తరపున నేను చెప్తున్నాను వెంటనే లవకుశులకి యువరాజ పట్టాభిషేకం చేసేద్దాం." అని అంది కైకేయి.

"నిజమే అగ్రజా, వెంటనే వారికి యువరాజ పట్టాభిషేకం చేసేద్దాం, పండిత పామరుల నడుమ అందరి మన్ననలతో లవకుశులని యువరాజులుగా చూడాలి." అన్నాడు భరతుడు.

"మరి ఇప్పుడున్న యువరాజుల పరిస్థితి ఏంటి రామా?" అని అడిగాడు వశిష్ఠుడు.

"ఇప్పటిదాకా నా అనుజులు నా మాట కాదనరన్న నమ్మకం నాకుంది, అందుకే ఒక నిర్ణయం తీసుకున్నాను. నా అనుజులు పాలకులను చేస్తాను. ఇప్పుడు లక్ష్మణుడు ఉన్న కురుపద పట్టణాన్ని కురుపద రాజ్యంగా మార్చి దానికి పాలకుడిగా లక్ష్మణుడు ఉంటాడు. భరతుడిని నందిగ్రామ పాలకుడిగా నియమిస్తున్నాను. శత్రుఘ్నుడిని తాను సాధించుకున్న మధురాపురికే పాలకుడిగా

నియమిస్తున్నాను. ఇది లక్ష్మణ, భరతా, శత్రుఘ్నులకు సమంజసమే అని ఆశిస్తున్నాను." అన్నాడు రాముడు.

"అగ్రజా, మీ నిర్ణయం మాకు ఆజ్ఞ. మీరు ఏ నిర్ణయం తీసుకున్నా మాకు సమంజసమే." అన్నాడు లక్ష్మణుడు.

"లవకుశులు చియావన మహర్షి ఆశ్రమానికి వెళ్తున్నారు, వారు వచ్చిన వెంటనే వారికి యువరాజ పట్టాభిషేకం. సూర్యోదయం నుండి లక్ష్మణ భరతా

శత్రుఘ్నులు పాలకులు అవుతారు, దానికి మీరు ఇప్పటి నుంచే ఏర్పాట్లు చెయ్యండి మహామంత్రి." అన్నాడు రాముడు.

"ఆజ్ఞ మహారాజా" అన్నాడు సుమంత్రుడు.

"మంచి నిర్ణయం రామా, నీ అనుజులు నీ పాలనా విధానాన్ని అనుసరిస్తారని ఆశిస్తున్నాను, రాజ్యాలు ఎన్ని అయినా పాలకులు ఎందరున్నా అందరూ సూర్యవంశీకులే." అన్నాడు వశిష్ఠుడు.

"అవును రాజర్షి, మేము ఎప్పటికీ రఘురాముని అనుజులమే. ఈ రాజ్యం ఎప్పటికీ రామ రాజ్యమే." అన్నాడు శత్రుఘ్నుడు.

22.

లవకుశులు చియావానుడితో మధురపురి ఆశ్రమానికి వెళ్ళడానికి సిద్ధం అవుతున్నారు. శత్రుఘ్నుడు, శ్రుతకృతి వారి కుమారులతో మధురపురి కోటకు వెళ్లడానికి సిద్ధం అవుతున్నారు.

రాముడు, లక్ష్మణుడు లవకుశుల వద్దకు వెళ్ళారు, వారిని చూసిన చియావనుడు గౌరవంగా లేచి నిల్చున్నాడు.

“కుమారులారా, మీరు జాగ్రత్తగా ఉండండి. ఏదైనా కావాలంటే మధురపురి కోటకు వెళ్ళండి.” అన్నాడు రాముడు.

“మహారాజా, మీరు దేనికి చింతించకండి, లవకుశుల బాధ్యత నాది.” అన్నాడు చియావనుడు.

“చింత ఏమి లేదు మహర్షి, నన్ను నా అనుజులను మా పిత్రువర్యులు గురుకులానికి పంపేటప్పుడు ఆయన మోము లో ఇదే భయం గమనించాను, ‘ఏముంది పితృవర్యా విద్యను అభ్యసించి రావడం మనకు అలవాటు కదా చింత వద్దు’ అన్నాను, ఇప్పుడు కన్న

కుమారులని ఎన్ని రోజులైనా వదిలి ఉండడం కొంచెం కష్టం అని అర్థం అయ్యింది.” అన్నాడు రాముడు.

“మమ్మల్ని ఆశీర్వదించండి పితృవర్యా” అన్నారు లవకుశులు రాముని పాదాలకు నమస్కారం చేస్తూ.

"కుమారులారా, స్వయంగా భృగు మహర్షి పుత్రులు, చియావన మహర్షులవారు వైద్యం నేర్పటం మీరు చేసుకున్న భాగ్యం, సంతోషంగా వెళ్ళండి. వచ్చిన వెంటనే మీకు యువరాజ పట్టాభిషేకం చేస్తాము." అన్నాడు రాముడు.

"సంతోషం మహారాజా." అన్నాడు చియావనుడు.

"గురువర్యా, నాదొక చిన్న విన్నపం, మాతో పాటుగా అంగద చంద్రకేతులను, తక్ష పుష్కలను , సుబహు శత్రుఘాతులను కూడా మీరు శిష్యులుగా స్వీకరిస్తారా. అప్పుడైతే కోశల రాజకుమారులందరికి వైద్యం వస్తే, ప్రజలందరూ ఆయురారోగ్యాలతో ఉంటారని నా అభిప్రాయం." అన్నాడు లవుడు.

"చాలా మంచి అభిప్రాయం లవా, వారికి అంగీకారం అయితే తప్పకుండా నేను స్వీకరిస్తాను." అన్నాడు చియావనుడు.

"మేము సిద్ధం." అంటూ వచ్చారు అంగద చంద్రకేతులు.

"మేము కూడా" అంటూ వచ్చారు తక్ష పుష్కలుడు, సుబహూ శత్రుఘాతులు.

చియావనుడు అందరిని శిష్యులుగా స్వీకరించి మధురాపురికి పయనం అయ్యారు.

"కోశల రాజ్య భవిష్యత్తు చాలా బాగుంటుంది రామా. ఇప్పుడు నిన్ను అనుసరించే నీ అనుజులు , తరువాత నీ కుమారులను గౌరవించే ఆ

అనుజులు . కోశలకు ఎంతమంది పాలకులు ఉన్న వారి మధ్య ఉన్న గౌరవాన్ని ఎవరు చరచలేరు." అన్నాడు వశిష్ఠుడు.

రాజకుమారులు అయోధ్య కోట నుండి వెళ్లి కొన్ని రోజులు గడిచాయి, రాముడు తాను రోజు చేసే రాజరికపు కార్యాలను నిర్వర్తిస్తూ ఉన్నాడు. లక్ష్మణుడు రాముడ్ని విడిచి ఉండలేక రాముడితో అయోధ్య కోటలో ఉంటూ కురుపద రాజ్యానికి వెళ్లి వస్తూ ఉన్నాడు. భరతా శత్రుఘ్నులు వారి వారి రాజ్యాలను ఏలుతూ ఏదైనా సందేహం వస్తే రాముడి సలహాలతో పాలిస్తున్నారు. వశిష్ఠుడు చెప్పినట్లు పాలకులు ఎందరున్నా కోశల మొత్తం రాముడే తమ రాజుగా రామ మార్గంలోనే ప్రయాణిస్తున్నారు.

అలాంటి ఒక రోజు రాముడు దశరథ వాటికలో కొంతమంది మంత్రులతో ప్రజల సమస్యల గురించి చర్చిస్తూ ఉండగా ఒక రాజ భటుడు పరిగెత్తుకుంటూ వచ్చి

"మహారాజా, మిమ్మల్ని కలవడానికి ఎవరో ఒక వ్యక్తి వచ్చారు, కారణం మీతోనే చెప్పాలి అన్నారు." అన్నాడు ఆ భటుడు.

"లక్ష్మణా ఆ వ్యక్తి ఎవరో చూడు." అన్నాడు రాముడు పక్కనే ఉన్న లక్ష్మణుడితో.

లక్ష్మణుడు ఆ వ్యక్తి ఉన్న దగ్గరకు వచ్చాడు. ఆ వ్యక్తి లక్ష్మణుడిని చూసి.

"లక్ష్మణ స్వామి, నేను మీ అగ్రజులైనా శ్రీరాముల వారితో అంతరంగికంగా మాట్లాడాలి. అంతే కాకుండా నేను ఆయనతో మాట్లాడేటప్పుడు మేము ఉన్న చోటుకి ఎవరు రాకూడదు" అన్నాడు ఆ వ్యక్తి.

"కానీ మీరు ఎవరు? మహారాజులవారు మంత్రులతో పనిలో నిమగ్నమై ఉన్నారు, ఇప్పుడు కలవడం కుదరదు." అన్నాడు లక్ష్మణుడు.

ఆ వ్యక్తి ఉన్నట్టుండి రాముడ్ని బిగ్గరగా పిలవడం మొదలు పెట్టాడు.

"రఘురామా, నేను మిమ్మల్ని కలవాలి" అంటూ బిగ్గరగా పిలవసాగాడు.

ఆ అలజడి విన్న రాముడు ఆ వ్యక్తి ఉన్న వద్దకు వచ్చాడు.

"రఘురామా, మిమ్మల్ని చూసే భాగ్యం దొరికింది, నేను మీతో అంతరంగికంగా మాట్లాడాలి, నేను మీతో మాట్లాడుతున్నప్పుడు మనకి ఎటువంటి భంగం ఎవరూ కలిగించకూడదు." అన్నాడు ఆ వ్యక్తి.

ఆ వ్యక్తిని చూసిన రాముడు ఒకసారి నవ్వి

"తప్పకుండా, మనకి భంగం కలిగించిన వారిని నేను సంహరిస్తాను." అన్నాడు రాముడు.

"కానీ అగ్రజా.." అని ఏదో అంటున్న లక్ష్మణుడిని రాముడు ఆపి.

“లక్ష్మణా, నీవు ద్వారపాలకుడిగా ఉండు, ఎవరూ లోపలికి రాకూడదు మాకు భంగం కలిగించకూడదు, సమస్య ఏదైనా సరే ఈ వ్యక్తి వెళ్లాకే.” అన్నాడు రాముడు.

రాముడి మాట ఆజ్ఞగా స్వీకరించి, లక్ష్మణుడు ద్వారపాలకుడిగా ఉండగా రాముడు ఆ వ్యక్తితో అంతఃపురానికి వెళ్ళాడు.

“కాలపురుష, నీ రాకకు కారణం ఏమిటి?” అని అడిగాడు రాముడు వారు అంతఃపురం లోపలికి వచ్చిన వెంటనే.

“రఘురామా, మీకు తెలియని విషయమా, మీరు లోకాంతర్యాములు, లోకాభిరాములు.” అన్నాడు కాలపురుషుడు.

“ఎందుకీ పొగడ్తలు, నాతో అంత ఆంతరంగికంగా చర్చించే విషయం ఏమిటి.” అన్నాడు రాముడు.

“రఘురామా, మీరు సర్వాంతర్యామి విష్ణుమూర్తి యొక్క అవతారం, రావణాసురిడి అంతంతో మీ కర్తవ్యం పూర్తి అయ్యింది, కానీ మానవాళికి సరైన దారి మీరు చూపుతున్నారని మీ కాలాన్ని ఇంత వరకు పొడిగించాం. మీరు ఇక ఈ మానవ శరీరాన్ని వదిలి మరల వైకుంఠం చేరాల్సిన సమయం ఆసన్నమయింది అని బ్రహ్మ భావిస్తున్నారు..” అన్నాడు కాలపురుషుడు.

ఇదిలా ఉంటే అంతఃపురం బయట లక్ష్మణుడు ద్వారపాలకుడిగా రామాజ్ఞ పాటిస్తూ ఎవ్వరూ రాముడికి భంగం కలిగించకుండా

చూస్తున్నాడు , అప్పుడే దుర్వాస మహర్షి కోపంగా కోటలోకి అడుగు పెట్టి అంతఃపురం వైపుగా వస్తున్నాడు.

దుర్వాస మహర్షిని చూసిన లక్ష్మణుడు

"దుర్వాస మహర్షికి నా వందనాలు" అంటూ దుర్వాస మహర్షికి నమస్కారం చేశాడు.

"నమస్కారం లక్షణా, నేను వెంటనే రఘురాముడ్ని కలవాలి." అని అన్నాడు దుర్వాసుడు.

"క్షమించండి మునివర్యా, అగ్రజులవారు చాలా ముఖ్యమైన పనిలో ఉన్నారు, ఎవరు ఆయనను భంగం కలిగించకూడదు అని చెప్పారు." అన్నాడు లక్ష్మణుడు.

"లక్ష్మణా, నాకు నువ్వు ఎదురు చెప్తావా, ఇప్పుడు నువ్వు నన్ను రాఘువుని వద్దకు తీసుకుని వెళ్ళకపోతే అయోధ్యను నేను శపించాల్సి వస్తుంది." అన్నాడు దుర్వాస మహాముని.

"మహర్షి నన్ను క్షమించండి, కొంచెం సమయం ఓపిక పట్టండి, ఆయన చాలా ముఖ్యమైన కార్యంలో ఉన్నారు." అన్నాడు లక్ష్మణుడు దుర్వాస మహాముని కాళ్ళ పై పడి.

"ఇప్పుడే కలవాలి, లేకపోతే కోశల సామ్రాజ్య ప్రజలందరూ తినడానికి భోజనం దొరకకుండా చేస్తాను." అన్నాడు దుర్వాస మహర్షి కోపంగా.

ఇక తప్పదని గ్రహించిన లక్ష్మణుడు, రాముడు ఉన్న అంతఃపుర ద్వారాలు తెరిచి లోపలికి వెళ్ళాడు. లక్ష్మణుడు తమకు భంగం కలిగించాడని గ్రహించిన కాలపురుషుడు రాముని వైపు చూసి

"రఘురామా, భంగం కలిగించిన మీ అనుజుడ్ని మీరు ఏం చేస్తారో మీ ఇష్టం." అని చెప్పి మాయం అయ్యాడు.

"నన్ను క్షమించండి అగ్రజా, దుర్వాస మహర్షి వచ్చి మిమ్మల్ని కలవాలి అన్నారు లేకపోతే కోశల ప్రజలను శపిస్తాను అన్నారు అందుకే భంగం కలిగించాను." అన్నాడు లక్ష్మణుడు.

"తప్పు ఎలా చేసిన తప్పే లక్ష్మణా, కానీ నేను నిన్ను చంపలేను, నా ఆత్మవి నువ్వు, కావున నీవు నాతో మాట్లాడకు, నన్ను చూడకు అదే నేను నీకు వేసే శిక్ష." అన్నాడు రాముడు అంతఃపురం నుండి బయటకు వెళ్తూ.

అంతఃపురం నుండి బయటకు వస్తున్న రాముడ్ని చూసిన దుర్వాసుడు.

"రఘురామా, ఇటు వైపుగా వెళ్తుండగా నిన్ను చూడాలని కోరిక కలిగింది అందుకే ఉన్నపళంగా వచ్చి నిన్ను కలిసాను, నా కర్తవ్యం పూర్తి అయ్యింది." అని అయోధ్య కోట నుండి బయటకు వెళ్ళిపోయాడు దుర్వాసుడు.

"నీతో మాట్లాడకపోవడం, నిన్ను కలవకపోవడం చాలా కష్టం అగ్రజా, నాకు మీరు తప్ప ఇంకెవరు ఉన్నారు. ఈ క్షణం నేను సరయు నది

వద్దకు వెళ్లి మీ పేరుతో ధ్యానం చేసుకుంటూ ఈ దేహాన్ని వదులుతాను." అని చెప్పి లక్ష్మణుడు అయోధ్య కోట నుండి బయటకు వెళ్ళిపోయాడు.

రాముడు తన మందిరంలోకి వెళ్లి వీక్ష వజ్రంలో లక్ష్మణుడు తూర్పు కోశల వైపుగా అరణ్యం లోకి వెళ్లడం చూసాడు. అలా లక్ష్మణుడు వెళ్లిన దారినే చూస్తూ తన మందిరంలోనే ఉన్నాడు రాముడు.

కొన్ని రోజుల తరువాత లవకుశులు, అంగద చంద్రకేతులు, తక్ష పుష్కరులు, సుబహూ శత్రుఘాతిలు అయోధ్య కోటకు చేరుకున్నారు.

లవకుశులు రాముని మందిరంలోకి వెళ్లారు, వారిని చూసిన రాముడు వారిని దగ్గరకు తీసుకుని

"ఈ అయోధ్య ఇంక మీదే, మీరే పాలకులు. రేపు మీకు పట్టాభిషేకం చేస్తాను." అన్నాడు రాముడు.

"పితృవర్యా కానీ..." అంటున్న లవకుశల్ని ఆపి

"రావణుడు మీ తల్లిని తీసుకుని వెళ్ళినప్పుడు చాలా భయం వేసేది కుమారులారా, అప్పుడు నాకు అభయం లక్ష్మణుడు, నా జానకిని నేను వనవాసానికి పంపినప్పుడు, నాకు ఇంకా బాధ వేసింది అప్పుడు కూడా నా ధైర్యం లక్ష్మణుడు, జానకి భూగర్భంలో కలిసిపోయినప్పుడు నేను రాజ్యాన్నే వదిలెయ్యాలి అనుకున్నాను,

అప్పుడు నాకు సరైన మార్గం చూపింది కూడా లక్ష్మణుడే. నాకోసం తన భార్యను వదిలి నాతో

వనవాసానికి వచ్చాడు నా లక్ష్మణుడు. ఆఖరికి తను నా ఆజ్ఞ కు లోబడి వెళ్ళిపోతూ ఒక్కసారి కూడా తన భార్యతో కానీ కుమారులతో కానీ ఆఖరి సారిగా మాట్లాడతాను అని అడగలేదు. అలా నడుచుకుంటూ వెళ్ళి పోయాడు అలాంటి లక్ష్మణుడు లేని చోట నేను ఉండలేకున్నాను" అన్నాడు రాముడు.

లవకుశులు అది విని "మీ ఇష్టమే, మా ఇష్టం పితృవర్యా" అని అన్నారు.

"మహామంత్రి, రేపటి నుండి తూర్పు కోశలను లవుడు దక్షిణ కోశలను కుశుడు పరిపాలిస్తారు. రేపు అంతఃపురంలో ప్రజలందరి ఎదుట నేను రాజ్యాభిషేకం చేస్తాను, ఏర్పాట్లు చెయ్యండి." అని అన్నాడు రాముడు.

23.

సుమంత్రుని ఆదేశాల మేరకు అయోధ్య సభా మందిరంలో పండితులు పామరులు వారి రాముడ్ని ఆఖరి సారి రాజుగా చూసుకోవడానికి ద్వారాల వద్ద బారులు తీరారు.

పండితులతో, పామరులతో, సామంత రాజులతో, మంత్రులతో సభ నిండి ఉంది. రాముడు కోశల కిరీటాన్ని లవుడికి కుశుడికి తొడిగి.

“లవకుశులారా ఈ రాజ్యాన్ని మీకు అప్పగిస్తున్నాను, మన సూర్యవంశం ఎప్పుడూ ఇలాగే వెలుగును వెదజల్లుతూ ఉండాలి, ప్రజల్ని కంటిపాపలా కాపాడుకోండి, యుద్ధం చేసే ముందు ఆలోచించండి. ఎప్పుడు యుద్ధం మన లక్షణం అవ్వకూడదు, నేనైనా మన పూర్వీకులైనా రాజ్యకాంక్ష పై కాకుండా ప్రజా శ్రేయస్సు ని ఆశించాం కాబట్టే మన ప్రజలు సుఖ సంతోషాలతో ఉన్నారు. నాకింక ఈ భవబంధాలు వదిలే సమయం ఆసన్నమయింది. ఇక సెలవు.” అన్నాడు రాముడు.

“కానీ పితృవర్యా, మీరు కొన్ని రోజులు ఉండి మా పాలనని పర్యవేక్షించవచ్చు కదా. ఈ కోశల రాజ్యానికి మీ అవసరం ఇంకా ఉంది.”అన్నాడు కుశుడు. దానికి రాముడు చిన్నగా నవ్వి

“కుశ, మీరు నా కుమారులు, సీతాదేవి మీకు మంచి గుణాలు నేర్పింది, మీరు ఈ రాజ్యాన్ని బాగా చూసుకుంటారు అనే నమ్మకం నాకు ఉంది, ఈ బంధాలు బంధుత్వాలు, రాజ్యాలు ఇవన్నీ పట్టించుకునే కొద్దీ మనలో ఆశలు రేకెత్తిస్తాయి. నాకు ఇక వేటి మీద ఆశ లేదు. ఈ భవ బంధాలు వదిలి నా సీతాదేవి, లక్ష్మణుల దగ్గరకు వెళ్ళిపోవాలి, ఈ రాజ్యం ఇక మీ సొంతం.” అన్నాడు రాముడు. అప్పుడే అక్కడికి ఊర్మిళాదేవి వచ్చింది.

“అమ్మ ఊర్మిళ, ఇన్నాళ్లు లవకుశులను నీ బిడ్డలు అంగద చంద్రకేతుల కంటే బాగా చూసుకున్నందుకు నీకు ధన్యవాదాలు, ఈ క్షణం నుండి నీవు రాజమాతవు. లవకుశులు, అంగద

చందకేతులకు అండగా నీవు ఉండాలి అని నా కోరిక." అన్నాడు రాముడు.

"మహారాజా, అదేం మాట, లవకుశులు నా అక్క సీతాదేవి బిడ్డలు అంటే నా పిల్లల కన్నా ఎక్కువ, వాళ్ళకి నా అండ ఎప్పుడు ఉంటుంది అది అమ్మగా నా బాధ్యత, ఇప్పుడు రాజమాతగా నా కర్తవ్యం." అంది ఊర్మిళ రాముడికి నమస్కారం చేస్తూ .

రాముడు అందరికి నమస్కారం చేసి నార వస్త్రాలు ధరించి దండకారణ్యం వైపు తన ప్రయాణం ఆరంభించాడు.

"పితృవర్యా, ధనుర్బాణాలు ధరించండి, లేదంటే మన భటులను తీసుకుని వెళ్ళండి, అసలే కారడవి మృగాలు సంచరిస్తూ నే ఉంటాయి, వాటి వల్ల మీకేమైనా హాని జరిగితే మేము తట్టుకోలేం." అన్నాడు లవుడు.

రాముడు నవ్వుతూ ముందుకు నడిచాడు. కోట ద్వారం దగ్గర కోశల రాజ్య ప్రజలందరూ తమ ప్రభువైన, దైవమైన రామచంద్రుడ్ని కడసారి చూసేందుకు బారులు తీరారు. ప్రజలందరూ పువ్వులు చల్లుతూ శ్రీరాముడికి జై అనే నినాదాలు మిన్నంటాయి, వీటన్నిటి మధ్య కల్మషం లేని చిరునవ్వుతో రాముడు అందరికి నమస్కరించుకుంటూ దండకారణ్యం వైపు ఒక ముని వలె ప్రయాణం మొదలుపెట్టాడు. మెల్లగా కోశల రాజ్యం సరిహద్దులు దాటి దండకారణ్యం మొదలయ్యింది, జయజయ ధ్వానాలు ఇంక వినిపించడం లేదు, ఎటు చూసిన కారడవి, ఎంత వెనక్కి తిరిగి

చూసినా తను పుట్టి, పెరిగి, పాలించిన అయోధ్య కోట ఇంక కనిపించదు. ఎన్నాళ్లయ్యింది తాను వచ్చి, పసుపు పారాణి ఆరక మునుపే సింహాసనాన్ని అధిష్టించాల్సిన తాను సీతాదేవి, లక్ష్మణుడు సమేతుడై, తండ్రి మాట కోసం అరణ్యవాసానికి వచ్చాడు. వెనక నుండి దూరంగా తన తండ్రి చూపు. ఎంతటి రాముడైనా తన తండ్రికి కుమారుడే కదా. ఇప్పుడు కూడా వీక్ష వజ్రం నుంచి లవకుశులు చూస్తూనే ఉంటారేమో.

ఎప్పటికైనా తన రాజ్యానికి వస్తానన్న విశ్వాసంతో అప్పుడు, ఇంకా ఎప్పటికీ తిరిగి రాను అనే ఆత్మసంతృప్తి తో ఇప్పుడు.

సీతమ్మ లక్ష్మణుడితో అప్పుడు. సీతమ్మ లక్ష్మణుల కోసం ఇప్పుడు.

అప్పటికి ఇప్పటికి మారనిది ఈ అరణ్యం, తనలో ఉన్న జ్ఞాపకాలు. అలా ఆలోచిస్తూ దండకారణ్యం లో ఒక చెట్టు కింద ఆగాడు రాముడు. ఆ చెట్టుకి బాగా పండి ఉన్న మామిడి పండు కింద పడింది, అది చూసిన శ్రీరాముడు ఆ పండుని చేతిలోకి తీసుకుని దానిని చూసి నవ్వాడు. అప్పుడే ఉన్నట్టుండి రాముడికి ఒక స్వరం వినిపించింది.

“ఓ.. రఘునందనుడికి కూడా కోరికలు ఉంటాయా?.” అని అడిగింది ఆ స్వరం.

“ఎవరది?” అని అడిగాడు రాముడు.

“ఎవడైతే నీకేంటి స్వామి, అడిగిన ప్రశ్నకు సమాధానం చెప్పు” అని అంది ఆ స్వరం.

"అది ప్రశ్నలా లేదే, అది నీ అభిప్రాయం" అన్నాడు రాముడు.

"అభిప్రాయం ఏంటి రామా, ఆ చెట్టుకి ఒక పండు ఉంది, అది బాగా పండి కింద పడుతున్నప్పుడు దానిని చూసిన నీకు తిందాం అనే ఆశ కలిగింది అవునా కాదా?" అని అడిగింది ఆ స్వరం.

"అయ్యుండొచ్చు, తప్పేంటి?" అని అడిగాడు రాముడు.

"తప్పేంటా, ఆ పండు మీద ఇంకెవరు కోరిక పెంచుకున్నారో, ఆ పండుకు ఎన్ని కోరికలున్నాయి? ఆ పండు కింద పడి మట్టి లోకి వెళ్లి మరొక చెట్టు అవుదాం అనుకుందేమో, లేదా ఒక చిన్న పిట్ట దానిని తిందాం అన్న కోరిక పెంచుకుందో. పాపం ఇవన్నీ నువ్వు ఆలోచించకుండా దానిని తీసుకుని తినేద్దాం అనుకున్నావు." అని అంది ఆ స్వరం.

"అసలు ఎవరు నువ్వు,ఏంటా ప్రశ్న?" అని అడిగాడు రాముడు.

"నేను ఎవరైతే ఏంటి రామా,ఇవన్నీ ఆలోచించకుండా నీకు ఆ పండు తిందాం అన్న కోరిక పుట్టిందా లేదా?" అని అడిగింది ఆ స్వరం.

"నేను మనిషినే కదా, తిందాం అన్న కోరిక పుట్టింది." అన్నాడు రాముడు.

"నువ్వు మనిషివా, మరి నీకెందుకు అంత పేరు, రాముడు అదేదో త్యాగం చేశాడు, రాముడు సత్యమే పలుకుతాడు, తండ్రి మాట జవదాటడు, రామ రాజ్యం అంటారు, అన్ని రాజ్యాలను నీ రాజ్యం తో

పోలుస్తారు, ప్రజలందరూ దైవంగా కొలుస్తారు ఎందుకు?" అని అడిగింది ఆ స్వరం.

"అది నా తప్పు కాదు, నాకు వచ్చినట్లు, నేర్చుకున్నట్లు, మా పూర్వికులు వేసిన బాటలో పాలన చేశాను, బ్రతికాను, అయినా ఎదురుపడి మాట్లాడని వాళ్ళు పిరికివాళ్ళు, ఏదైనా అడగాలంటే నా ఎదురుగా రా" అన్నాడు రాముడు.

"ఏమో నేను ఈ చెట్టును ఏమో, అదిగో అక్కడ దూరంగా జింక ఉంది చూడు ఆ జింకను ఏమో, అయినా జింక వెనకాల వెళ్లడం నీకు కొత్త కాదు గా." అంది ఆ స్వరం.

అది విన్న రాముడు నవ్వాడు. రాముడు నవ్వడం చూసి ఆ స్వరం కూడా నవ్వింది.

రాముడు ఆ చెట్టు కింద నుండి లేచి మరలా తన ప్రయాణం సాగించాడు. "ఏంటి రామా అడిగిన ప్రశ్నకు సమాధానం చెప్పకుండా వెళ్తున్నావ్." అని అడిగింది ఆ స్వరం. "ఏంటి నా చుట్టూ తిరుగుతున్నావు, మాయావివా నువ్వు" అని అడిగాడు రాముడు.

"ఇప్పటికి అయితే సరయు నది వరకు మీకు తోడుగా వద్దాం అనుకుంటున్నా, ఎలాగో ఒంటరిగానే వెళ్తున్నారు గా." అంది ఆ స్వరం.

“నేను ఒంటరిగా వెళ్లడం లేదు మిత్రమా, నా సీత లక్ష్మణుల జ్ఞాపకాలు నా వెంటే వస్తున్నాయి, వాటిని నెమరువేసుకుంటూ నేను వెళ్ళగలను” అన్నాడు రాముడు.

“ఎలాగో వాళ్ళతో కలవడానికే వెళ్తున్నావు గా తోడుగా వస్తూ కొన్ని ప్రశ్నలు అడుగుతాను సమాధానం చెప్పవచ్చుగా” అంది ఆ స్వరం.

“అయినా నువ్వెవరు నీకెందుకు నేను సమాధానాలు చెప్పాలి” అని అడిగాడు రాముడు.

“నేనో యక్షుడ్ని అనుకో, నీ గురించి చాలా విన్నాను, అది ఎక్కువో తక్కువో తెలుసుకుందామన్న కోరిక” అంది ఆ స్వరం.

“సరే నేను ఎవరి అభ్యర్థన కాదనలేదు, ఇది నేను తీసుకునే ఆఖరి అభ్యర్థన, సరే అడుగు నీ ప్రశ్నలు” అన్నాడు రాముడు.

“సరే ఆ అభ్యర్థన తోనే మొదలుపెడదాం ఏమంటావ్” అంటే ఆ స్వరం.

“ఏ అభ్యర్థన?” అని అడిగాడు రాముడు.

“మీ పినతల్లి కైకేయి గారి అభ్యర్థన, మీ వనవాసానికి కారణమైన ఆ అభ్యర్థన.” అంది ఆ స్వరం.

“ఏంటి నీ ప్రశ్న.” అని అడిగాడు రాముడు.

“దశరథ మహారాజుల వారు నిన్ను ఆ రాజ్యం నుంచి వెళ్ళిపోమనడం, అదీ అడవులలోకి, అది కూడా పద్నాలుగు సంవత్సరాలు నీ రాజ్యానికి దూరంగా, రాజ ప్రాసాదానికి దూరంగా,

నువ్వు ఎప్పుడెప్పుడు వారిని పరిపాలిస్తావా అని ఎదురుచూస్తున్న ప్రజలకు దూరంగా, మీ తల్లి గారైన కౌసల్యాదేవి గారికి దూరంగా. బాధ వెయ్యలేదా రామా? లేదా బాధని దిగమింగుకొని ఆనందంగా ఉన్నట్టు నటిస్తూ మీ పిత్రువర్యుల ఆజ్ఞని శిరసావహించావా?" అని అడిగింది ఆ స్వరం. "దానిలో నటించడానికి ఏముంది? బాధపడ్డాను, కానీ అది నా తల్లి మాట, తండ్రి ఆజ్ఞ, ఆ బాధ కన్నా వారి ఆజ్ఞ పాటించాలి అనే భావన నాలో ఎక్కువ ఉంది, అందుకే ఆనందంగా వనవాసానికి వెళ్ళాను" అన్నాడు రాముడు.

"మరి అదే దశరథ మహారాజుల వారి అంతానికి ఆరంభం కదా, నీ మీద బెంగ తో ఆయన కాలం చేసారు, నిన్ను అల్లారుముద్దుగా పెంచిన నీ పిత్రువర్యుల ఆఖరిచూపుకికుడా నువ్వు నోచుకోలేదు, దానికికారణమయిన నీ పినతల్లి కైకేయి మీద నీకు కోపం రాలేదా?" అని అడిగింది ఆ స్వరం. "కోపం ఎందుకు మిత్రమా, అదే మా పిత్రువర్యులు ఒకానొకప్పుడు కదనరంగంలో పోరాడుతూ ఉండగా మూర్ఛపోయారు, అప్పుడు మా కైకమ్మ వీరనారి వలె రథం నడిపి ఆ కదనరంగం నుండి బయటకు తీసుకుని వచ్చి వైద్యం చేసి బ్రతికించారు. ఇలా చూసుకుంటే ఈ కోశాల రాజ్యపు వైభోగం ఆవిడ పెట్టిన భిక్ష. అలాంటి ఆవిడ మీద కోపమా, పిత్రువర్యుల ఆఖరి చూపుకి నోచుకోకపోవడం నాకు బాధగా ఉంటుంది కానీ దానికి మా కైకమ్మ కారణం కాదు." అన్నాడు రాముడు.

“ఆహ్, ఎంత బాగా చెప్పావు రామా, కైకేయి నీ కన్న తల్లి కాకపోయినా, పినతల్లి అని కాకుండా అమ్మ అని పిలిచావ్ చూడు అక్కడ నీ విలువలు తెలుస్తున్నాయి” అంది ఆ స్వరం.

“ఇంకా ఏమైనా ఉన్నాయా నీ ప్రశ్నలు?” అని అడిగాడు రఘురాముడు.

“ఇంకా ఇప్పుడేగా మొదలుపెట్టాను రామా, ఇంకా చాలా ఉన్నాయి, అయినా సరయు నదికి ఇంకా సమయం పడుతుంది లే... ” అంది ఆ స్వరం.

“సరే అడుగు” అంటూ ఒక రాయి మీద కూర్చున్నాడు రాముడు.

“ఏంటి రామా రాయి మీద కూర్చున్నావు?!! ఇంకా అది మనిషి అవ్వలేదు రాయిలానే ఉంది ఏంటి?” అని అడిగింది ఆ స్వరం.

“అంటే.. నాకు అర్థం కాలేదు.” అన్నాడు రాముడు.

“నువ్వు దైవాంశ సంభూతుడివి కదా, నీ కాలు తగిలితే ఆ రాయి మనిషి వలె మారిపోవాలి కదా.” అంది ఆ స్వరం.

“ఏంటి నా జీవితంలో వెనక్కి వెళ్లినట్లు ఉన్నావ్.” అని అడిగాడు రాముడు.

“నీవు రాయి మీద కూర్చున్నావు గా అందుకే కొంచెం వెనక్కి వెళ్లాల్సి వచ్చింది.” అని చెప్పింది ఆ స్వరం.

“ఎం చెప్పాలి దాని గురించి.” అని అడిగాడు రాముడు.

"నేను విన్నదానిని బట్టి నీవు తాకిన వెంటనే, ఆ రాయి అహల్య గా ఎందుకు మారింది? రాయిని మనిషిగా మార్చే శక్తి నీకు ఉందా?" అని అడిగింది ఆ స్వరం.

"అదేం పెద్ద బ్రహ్మ విద్య కాదు మిత్రమా, అది విధి, దానిలో సూక్ష్మంగా ఒక పరమార్ధం ఉందని తెలుసుకోవాలి, నాకు ఎప్పుడూ చెప్పే సందర్భం రాలేదు, ఇప్పుడు నీతో చెప్పాలి." అన్నాడు రాముడు.

"అయితే మంచి ప్రశ్న అడిగాను అన్నమాట, నీ సమాధానం వినడానికి ఉత్సాహంగా ఉంది చెప్పు" అంది ఆ స్వరం.

"ఇంద్రుడు అంటే జీవుల ఇంద్రియ గతులను శాసించేవాడు, వాటిని తాను ఎలా అయినా మార్చగలిగే శక్తి కలవాడు. గౌతముడు నదికి స్నానానికి వెళ్ళినప్పుడు అహల్యకి గౌతముడ్ని గుర్తుచేసి ఎప్పుడు లేని ఒక అలౌకికమైన స్థితికి గురిచేశాడు ఇంద్రుడు. అది చూసిన గౌతముడు ఆడది ఆ స్థితిలో ఉండడాన్ని ధర్మానికి అతీతం అని అన్నాడు, వెంటనే శపించాడు, శపించడం అంటే ఏదో కాదు మిత్రమా మనల్ని ఇష్టపడే వారిని మాటల్తో దండించడం, మనం ఇష్టపడేవాళ్లు ఇంక మనల్ని నమ్మరు అని తెలిస్తే మన జీవితం కూడా రాయిలాగే మారుతుంది. అప్పటినుండి అహల్య దేనిమీద ఎటువంటి భావనలు లేకుండా ఒక రాయిలా అడవిలో ఉండిపోయింది. వెంటనే గౌతముడు తన తప్పును తెలుసుకోవచ్చును గాక కానీ అప్పటికే జరగాల్సిన నష్టం జరిగిపోయింది." అన్నాడు రాముడు.

“నిజమే రామా, కొన్ని విషయాలు పైపైనే అర్థం అవుతాయి, దాని లో సూక్ష్మం అర్థం చేసుకుంటే కానీ విషయం బోధపడదు, ఇంతకీ నీ వలన మరలా భావనలు ఎలా వచ్చాయి?” అని అడిగింది ఆ స్వరం.

“అదే ఆ దేవుడి లీల, ఎప్పుడు మనస్సుకి ఎవరు ఎలా దగ్గర అవుతారో తెలియదు. అలా రాయిలా అన్ని భావాలూ వదిలేసి ఉన్న అహల్యకు నన్ను చూసిన వెంటనే, నేను తన బిడ్డను అనే భావన కలిగింది, అంతే వెంటనే గౌతముడ్ని క్షమించాలి అన్న భావన కూడా కలిగి, గౌతముడ్ని క్షమించి ఆయన వద్దకు చేరుకుంది, ఇక్కడ నేను కేవలం ఒక పరికరాన్ని మాత్రమే మిగిలినది ఆ దేవుని లీల. మన మానవమాత్రులకే ఇలాంటి భావనలు ఉన్నాయి తెలుసా.” అన్నాడు రాముడు.

“అదే మానవ జాతికి తెలియాల్సిన నిజం, చాలా బాగా చెప్పావు రామా” అంది ఆ స్వరం.

“నిజమే లేకపోతే నేనేమైన మాయావినా లేదా నీలాగా యక్షుడినా. నాకు తాంత్రిక శక్తులు ఉండడానికి. ఇది కేవలం మానవ శక్తి మాతమ్రే. మానవ శక్తి ఏంటో తెలుసా మిత్రమా, మనలో ఉన్న ప్రేమ. మా మానవులు ప్రేమ చూపిస్తే ఎలాంటి శక్తి అయినా మా వశం అవ్వాల్సిందే. ప్రేమతో ఏదైనా సాధించవచ్చు.” అన్నాడు రాముడు.

“నిజమే రామా, మానవులు ప్రేమ విలువ తెలుసుకున్న రోజు ఈ లోకమే సుఖసంతోషాలతో నిండి ఉంటుంది.” అంది ఆ స్వరం.

"సరే, నీ ప్రశ్నలు ముగిసినట్టేనా, నా ప్రయాణం కొనసాగించ వచ్చా." అని అడిగాడు రాముడు.

"నీ జీవితం ఏమైనా చిన్నదా రామా, ఎన్ని సాహసాలు, ఎన్ని త్యాగాలు ఎన్ని కథలు, నాకెన్ని సందేహాలున్నాయి తెలుసా, అయినా చెప్పాను కదా రామా, నీ సరయు నది ప్రయాణం నాతోనే." అంది ఆ స్వరం.

"సరే కానీ ఈ ప్రశ్నల ముఖ్య ఉదేశ్యం ఏమిటో తెలిస్తే ఈ ప్రయాణం ఇంకా బాగుంటుంది కదా" అన్నాడు రాముడు.

"ఉదేశ్యం ఏముంటుంది రామా, నువ్వు ఒంటరిగా నీ జీవితాన్ని నెమరువేసుకుంటూ వెళ్లే కన్నా నాకున్న సందేహాలు తీరుతూ నీ జీవితాన్ని నీ మాటల్లో వినడమే." అంది ఆ స్వరం.

"సరే, ఏంటి నీ మరో ప్రశ్న?" అని అడిగాడు రాముడు.

"ఎలానో ప్రేమ గురించి మాట్లాడావు కాబట్టి ఒక ప్రశ్న అడుగుతాను." అంది ఆ స్వరం.

"అడుగు" అన్నాడు రాముడు.

"రామా, నేను నీ గురించి నేను తెలుసుకున్న విషయం ఏమిటి అంటే నీవు దేనికి చెలించవు, సమయానికి సరైన నిర్ణయం ఆలోచించి నీ మార్గం ఎంచుకుంటావు అలాంటి నువ్వు ఎప్పుడైనా చెలించావా?" అని అడిగింది ఆ స్వరం.

“చెప్పాగా మిత్రమా, నేను మనిషినే చాలా సార్లు చెలించే ఉంటాను, మనస్సు ఉన్న ప్రతి ఒక్కరు చలిస్తారు” అన్నాడు రాముడు.

“ఓహో, అయితే శ్రీరాముడు మొదటిసారి చలించిన సందర్భం చెప్తారా?” అని అడిగింది ఆ స్వరం.

“అన్ని తెలిసే అడుగుతున్నావు కదా.” అన్నాడు రాముడు.

“నువ్వు చెలించినట్టు నాకు తెలియదు, నాకెలా తెలుస్తుంది రామా” అని అంది ఆ స్వరం.

“మేము విశ్వామిత్ర మహర్షుల వారితో కౌశికి నది దాటుకుని మిథిలా నగరం చేరుకున్నాము, కౌశికి నది దాటుతున్నప్పుడు నాలో ఏదో తెలియని అలజడి, అలాంటి అనుభూతి నాకెప్పుడూ కలగలేదు. ఏదో సొంత వారిని కలవడానికి వెళ్తున్నాను అనే భావన. నేను లక్ష్మణుడు విశ్వామిత్ర మహర్షుల వెనక నడుస్తూనే ఉన్నాం. అలా జనక మహారాజుల వారి ఆస్థానం లోకి చేరుకున్నాము. అప్పుడే తెరచాపల వెనక నాకు ఒక అమ్మాయి కళ్ళు కనిపించాయి, ఎంత అందంగా ఉన్నాయో తెలుసా మిత్రమా ఆ కళ్ళు, తామర పువ్వు వలె ఉన్నాయి, దేని కోసమో ఆత్రంగా చూస్తున్నాయి, ఆ కళ్ళల్లో ఏదో తెలియని బిడియం, అప్పుడే ఆ కళ్ళు ఉన్నట్టుండి నా వైపు చూసి ఏదో తెలియని ఉపశమనం వచ్చినట్టు ఆ కళ్ళు నవ్వాయి అని నాకు అనిపించింది. అప్పుడే విశ్వామిత్రుల వారు నన్ను పిలిచి శివధనస్సు ఎక్కు పెట్టమన్నారు, అదీ ఆమె కోసం. ఆ కళ్ళు చూస్తూనే ఆ అమ్మాయి నాకు దక్కాలి అనే భావన కన్నా ఆమెతో

పాటు ఈ జీవితాన్ని పంచుకుంటే ఎంత బాగుంటుంది అనుకుంటూనే విల్లు ఎక్కు పెతుండగా ఆ కళ్ళను చూసి చలించిన నేను తెలియకుండానే శివధనస్సును విరిచేసాను. అలాంటివి నా సీత కళ్ళు. ఆ కాళ్ళని చూసి నేను మొదటిసారి చలించాను." అన్నాడు రాముడు.

"ఎంత ఇష్టమయ్యా రామయ్య నీకు సీతమ్మ అంటే, కేవలం ఆమె కళ్ళను ఎంత బాగా వర్ణించావు." అంది ఆ స్వరం.

"చాలా ఇష్టం మిత్రమా, వివాహం అయిన రోజు నుండి నాకు తను, తనకి నేను అన్నట్టు ఉన్నాము. కష్టాలొచ్చినా, సుఖాలు వచ్చినా అన్నిటిలో నేను సీతకి తోడు, సీత నాకు తోడు." అన్నాడు రాముడు.

"అలాంటి సీతమ్మని ఆ రావణాసురుడు ఎత్తుకుని వెళ్ళిపోయినప్పుడు ఎలా భరించావు రామా? ఏమనిపించింది నీకు, అసలు, బాధగా అనిపించిందా, భయంగా అనిపించిందా, నిస్సహాయంగా అనిపించిందా? అసలు నీ మదిలో ఏమనిపించింది ఖాళీగా ఉన్న పర్ణశాలను చూసి?" అని అడిగింది ఆ స్వరం.

ఆ ప్రశ్న విన్న రాముడు కళ్ళు మూసుకున్నాడు. కొద్ది క్షణాల్లో ఆకాశంలో మబ్బులు కమ్ముకుని ఉరమడం మొదలయ్యింది.

"ఏంటి రామా, నీలో ఏదైనా అలజడి వచ్చిందా, నేను అడిగిన ప్రశ్నకు నువ్వు బాధ పడ్డావా. ఈ ప్రకృతి కూడా ఒక్క సరిగా మారింది." అని అడిగింది ఆ స్వరం.

"ప్రకృతి అంతే ఒక్కసారిగా మారుతూ ఉంటుంది, నాకింకా బాగా గుర్తు, గుర్తు ఏమిటి అసలు మర్చిపోతే కదా. ఆ రోజు పర్ణశాల చాలా ఆహ్లాదంగా ఉంది, సీతాదేవి ఎప్పుడూ కన్నా ఆనందంగా గాలిలో ఎగిరే పక్షులని మా ముందు తిరిగే సాధు జంతువులని చూస్తూ చాలా ఆనందంగా ఉంది. ఆమెను చూసిన నాకు, నన్ను చూసిన లక్ష్మణుడికి కూడా ఆనందంగానే ఉంది. కానీ మాకు తెలియదు ఆ ఆనందం ఎక్కువ సేపు నిలవదని. అన్ని రోజుల్లా ఆ రోజు గడిచిపోతుంది అనుకున్నాము. ఇంకా సంవత్సరం గడిస్తే మా అరణ్యవాసం పూర్తవుతుంది. మెల్లగా అయోధ్య వైపు నడుద్దాం అంటున్నాడు లక్ష్మణుడు. అంతా మారిపోయింది మిత్రమా, ఆ మాయ లేడి మారీచుడు అని తెలుసుకుని సీతాదేవికి ఏపాటి ఆపద పొంచి ఉందో అని వెంటనే పర్ణశాలకు పయనం అయ్యాము, ఆ ఖాళీ పర్ణశాల

చూసిన నాకు , సీతాదేవికి ఏమయ్యిందో అనే ఆందోళన, ఎవరు తీసుకుని వెళ్లారు అన్న బాధ, తీసుకుని వెళ్లిన వాళ్ళ మీద కోపం, అసలు ఎందుకు తీసుకుని వెళ్లారు అన్న కంగారు. సీత అసలు మరలా దొరుకుతుందా అన్న నిస్సహాయత అన్ని ఒకేసరి వచ్చి నేను లక్ష్మణుడు అనుభవించాం. అసలు ఎటు వెళ్లాలో తెలియదు, యుద్ధం చేసైనా సీతను తీసుకుని రావాలి, కానీ ఆ యుద్ధం ఎవరి మీద అన్నది తెలియదు ." అన్నాడు రాముడు.

"నిజమే రామా, అసలు ఎంత మథనపడ్డావో కదా, ఇంకా సీతమ్మ పరిస్థితి ఎలా ఉంటుందో కదా. అసలు సీతమ్మ పరిస్థితి ఏమయ్యుంటుందో ఎప్పుడైనా అడిగావా?" అని అడిగింది ఆ స్వరం.

"కొంచెం సమయం తరువాత మేము అదే ఆలోచించాం. నాకు నా తమ్ముడు లక్ష్మణుడు తోడుగా ఉన్నాడు. నా బాధ నా తమ్ముడితో చెప్పుకోవచ్చు, కానీ సీత పరిస్థితి ఏంటి, అసలు ఎక్కడికి తీసుకుని వెళ్తున్నారో కూడా తనకు తెలియదు కదా, పాపం మూర్ఛపోయింది, ఆ సీంసుప చెట్టు కింద తాను లేచినప్పుడు చాలా సేపు తాను ఎక్కడుందో అర్థం కాలేదుట, కానీ తనకు ఏదో తెలియని ధైర్యం వచ్చిందట నా రాముడు వస్తాడు ఈ రావణుని చెర నుండి నన్ను విడిపిస్తాడు అని. ఒకసారి మన మీద నమ్మకం వచ్చాకా, స్త్రీమూర్తులు చూపించే ధైర్యమే మన బలం అవుతుంది. సీత ఎంత దృఢంగా ఉంది ఆ రావణుడి వద్ద. ముందుగా తన మాటలతో ఆ రావణాసురిడితో పోరాడింది, భయపెట్టింది. అది రావణుడి రాజ్యం, అక్కడి ప్రజలకు కూడా తమ మహారాజు అంటే ఇష్టం. తాను తెలుసుకుంటే అపర కుబేరుని సంపద ఇచ్చి దేవాసురల సైన్యాన్ని సైతం తెప్పించుకుని నన్ను ఓడించి సీతను తన వద్దనే ఉంచుకోవచ్చు, కానీ సీత తన మాటలతో రావణుడికి నేనంటే భయం కలిగించింది, ఆ భయమే నేను రావణుడిని గెలిచేటట్టు చేసింది." అన్నాడు రాముడు.

"అయితే నీ పరాక్రమమే కాదన్నమాట, ఆవిడ ధైర్యం కూడా తోడయ్యే నువ్వు యుద్ధం గెలిచాను అంటావు." అంది ఆ స్వరం.

"నా పరాక్రమమే కాదు, మంచి మిత్రలాభం, సుగ్రీవుడు, విభీషణుడు, నా ప్రియ మిత్రుడు హనుమంతుడు, వీరి సహాయం అసలు తూచగలిగేదా. వాళ్ళు ఉండబట్టే కదా నా సీత జాడ కనుగొన్నాను, ఆ లంకా రాజ్యం సమర్ధత తెలుసుకున్నాను, ఆ రాజ్యానికి వారధి కట్టాను. అసలు వానర సైన్యం లేనిదే సీతారాములు మరలా కలిసేవారు కాదు." అన్నాడు రాముడు.

"నిజమే రామా, స్నేహానికి నువ్విచ్చే విలువ చాలా అరుదైనది, మధ్యలో ఆపుతున్న అనుకోకపోతే నాదో ప్రశ్న." అంది ఆ స్వరం.

"ఏంటా పశ్న, ఎలాగో అడుగుతున్నావు అనుకోడానికి ఏముంది." అన్నాడు రాముడు ముందుకి అడుగు వేస్తూ.

"ఏం లేదు రామా, నాకు ఎవరో చెప్పారు, రావణుడు ఓడిపోయాకా, నువ్వు వానర సైన్యంతో కలిసి లంక అంతా తిరగాలి అనిపించలేదా, కనీసం, అడుగు కూడా పెట్టలేదు, ఆ విభీషణుడు ఆ లంకను వర్ణించాడు కదా, ఆ వర్ణన విన్నాక ఒక్క సరైన ఆ అద్భుతమైన లంక ని చూడాలి అనిపించలేదా, లక్ష్మణుడు కూడా అడిగాడట కదా లంకా రాజ్యాన్ని పరిపాలిస్తే తప్పు ఏముంది అని, దానికి నువ్వేమి సమాధానం చెప్పావో గుర్తుందా." అని అడిగింది ఆ స్వరం.

"గుర్తుంది, చాలా బాగా గుర్తుంది." అన్నాడు రాముడు.

“దానికి నువ్వు కేవలం ఒక చిరునవ్వునే సమాధానంగా ఇచ్చావటగా.” అంది ఆ స్వరం.

“సమాధానం చెప్పాను. రావణుడు మరణించిన వెంటనే ఆ సుందరమైన లంకా రాజ్యం గురించి విభీషణుడు చెప్పడం నాకింకా గుర్తుంది, దానిని విని లక్ష్మణుడు ఈ రాజ్యం ఎలానో ఆక్రమించవు కదా, ఈ రాజ్యం నుండి పరిపాలించ వచ్చుగా అని అడిగాడు.” అన్నాడు రాముడు.

“దానికి సమాధానం ఏం చెప్పి ఉంటావో నేను ఊహించగలను.” అంది ఆ స్వరం.

“ఊహించావా, ఏమని?” అని అడిగాడు రాముడు.

“ఏముంది, లక్ష్మణా, మనం ఈ రాజ్యాన్ని విభీషణుడికి ఇస్తాం అని మాట ఇచ్చాం,ఆ మాటను నిలబెట్టుకోవాలని, అయినా పితృవాక్యము ప్రకారం నేను ఈ వనవాసం తరువాత మన కోశల రాజ్యాన్నే పరిపాలించాలి. పితృవర్యుల మాట నేను జవదాటలేను అని ఉంటావు, దానికి ఆ లక్ష్మణుడు ఏమి అనలేడుగా.” అంది ఆ స్వరం.

“రామ వాక్యము తెలిసినవారు అలానే అనుకుంటారు, కానీ రాముని మనస్సుని తెలుసుకున్న వారికి తత్వం తెలుస్తుంది.” అన్నాడు రాముడు.

“ఏంటో ఆ తత్వం?” అని అడిగింది ఆ స్వరం.

“నాకు సీత మీద ఉన్న ప్రేమ. సీత ఆ లంకా ప్రాంతంలో చాలా బాధపడింది, ఆ రాజ్యం నుండి ఎప్పుడెప్పుడు బయటపడదామా అని ప్రతి క్షణం ఆలోచించింది. అలాంటి రాజ్యం నేను ఆక్రమించి పరిపాలించినా ఆమెకు మానసిక శాంతి ఉండదు. అప్పుడు నా కర్తవ్యం ఒక భర్తగా ఆమెకు మానసికమైన శాంతిని చేకూర్చడం. తనకి ఏమి కాలేదని, ఏమైనా నేను ఉంటాను అన్న భరోసా మరలా కలిపించడం. సీత బాధ పడిన ప్రాంతం ఎంత పెద్దది అయినా, ఎంత సంపద ఉన్నా ఆఖరికి ఆ దైవమే కొలువై ఉన్నా నాకు వద్దు అనుకున్నాను. అందుకే లంకా రాజ్యం నాదిగా నేనెప్పుడూ అనుకోలేదు.” అన్నాడు రాముడు.

“ఆహా ఎంత మంచి మనస్సు అయ్యా నీది రామయ్య, భార్య సంతోషం కోసం అంత పెద్ద రాజ్యాన్ని, రాజ్యసంపద వదులుకున్నారు. అంటే మీ పితృవర్యుల మాట, స్నేహితుడికి ఇచ్చిన వాగ్దానమే కాకుండా భార్యను బాగా చూసుకోవాలి అనే అమితమైన ప్రేమ ఉంది కాబట్టే లంకని ఆక్రమించలేదన్న మాట. అయినా చాలా మంది రాజులు ఎన్ని రాజ్యాలను కొల్లగొట్టాము, ఆ రాజ్యాలనే కాకుండా అక్కడి ఆడవాళ్లను సైతం వశపరుచుకోవాలి అన్న వారి ఆశ ఎక్కడ, ప్రపంచంలోనే ఎక్కువ శక్తివంతమైన, సంపద కలిగిన రాజ్యాన్ని ఆక్రమించుకుని కనీసం అక్కడ అడుగుపెట్టకుండా కేవలం నీ భార్యను తీసుకుని వెళ్లిన నువ్వెక్కడ. అర్థం అయ్యింది నిన్ను దేవుడు అని ఎందుకంటారు అని.” అంది ఆ స్వరం.

“నేను దేవుడ్ని కాదు మిత్రమా ఒక మామూలు మనిషిని, నన్ను మనిషిగా గుర్తిస్తే చాలు.” అన్నాడు రాముడు.

రాముడు అలా నడుస్తూ దూరంగా ఉన్న సరయు నదిని చూసాడు, అప్పుడే సూర్యుడు అస్తమిస్తున్నాడు, చాలా అందంగా ఉంది ఆ నది, పక్షులు వాటి గూటికి చేరుతూ కిలకిలారావాలు చేస్తున్నాయి. ఆ కిలకిలారావాలు వింటుంటే వారి కుటుంబానికి చేరుకొని ఏదో చెప్పేయాలన్న తపన కనిపిస్తుంది. ఆ దృశ్యాన్ని చూసిన రాముడు ఆనందిస్తూ .

“నేను సీతాదేవిని, లక్ష్మణుడిని చేరుకున్నాక ఇలానే మాట్లాడతానేమో మిత్రమా, ఆ క్షణం గురించి బాగా ఎదురుచూస్తున్నాను.” అన్నాడు రాముడు.

స్వరం ఏమి వినిపించకపోడంతో రాముడు ఆ స్వరం వచ్చిన వైపు చూసాడు.

“ఏంటి మిత్రమా, నీ ప్రశ్నల తంతు ముగిసిందా, నీకు రావాల్సిన సమాధానాలు దొరికాయా, అకస్మాత్తుగా వెళ్లిపోయావ్ ఏంటి? సరయు నది వరకు తోడు వస్తా అన్నావ్?” అని అడిగాడు రాముడు.

ఆ స్వరం ఇంకా వినపడకపోడంతో

“నా జీవితంలో చాలా విషయాలను ఎవరికీ చెప్పుకోలేనివి నీతో చెప్పుకున్నాను ఇలా అర్థాంతరంగా వదిలేస్తే ఎలా.” అని అన్నాడు రాముడు.

"ఏమైంది రామా, భయం వేసిందా పొద్దున్నేగా కలిసాం, అప్పుడే నన్ను వదిలి ఈ అరణ్యంలో ఉండలేకున్నావా" అంది ఆ స్వరం.

"నీవే వచ్చావ్, నీవే ప్రశ్నలు అడుగుతాను అన్నావ్ అలాంటి నువ్వు వెళ్ళిపోతే ఎక్కడికి వెళ్లిపోయావు అని తెలుసుకోవాలి గా" అన్నాడు రాముడు.

"శ్రీరామ, నీ గురించి మంచి మాత్రమే ఉంది కానీ ఒక రెండు విషయాలలో నువ్వు నాకు నచ్చలేదు ఆ ప్రశ్నలు అడిగి, నీ దగ్గర సమాధానం లేకపోతే నీ మీద ఉన్న భక్తి తక్కువ అవుతుందేమో అన్న భయం." అంది ఆ స్వరం.

"ఏంటా ప్రశ్నలు అడుగు, సమాధానం చెప్తాను. నీకు తెలుసు మా వంశంలో ఎవరు అబద్ధాలు చెప్పరు." అన్నాడు రాముడు మాట ఇస్తూ.

"కానీ ఇది జవాబుల గురించి కాదు నాకు నీ పై ఉన్న భక్తి గురించి, ఈ సమాధానాల వలన అది పోకూడదు, పోనివ్వను" అంది ఆ స్వరం.

రాముడు అది విని నవ్వుతూ...

"మిత్రమా, నేను దేనికి సమాధానం ఇవ్వకుండా నేను సరయు నదికి వెళ్ళలేను, పైగా నా జీవితంలో ఇది ఆఖరి అభ్యర్ధన, అది పూర్తి చేయకుండా ఉంటే నాకేదో అపరాధము చేసినట్లు ఉంటుంది, కాబట్టి అడుగు ." అన్నాడు రాముడు.

“సరే రామా, విషయం సీతమ్మ గురించి, అంత ప్రేమించావే, అందరి క్షత్రియులు వలె కాకుండా ఒక్క ఆడదాన్ని పెళ్లి చేసుకున్నావు, ఆమెను ఎవరో తీసుకుని వెళ్ళిపోతే అసురతో యుద్ధం చేసి మరీ ఆమెను దక్కించుకున్నావు, ఆమె ధైర్యమే నీ ధైర్యం అన్నావు, అలాంటి ఆమెకు ఎందుకయ్యా అగ్నిపరీక్ష చేసావ్, ఆమెపై నమ్మకం లేదా.” అని అడిగింది ఆ స్వరం.

“నా సీత మీద నాకు నమ్మకం లేదా, ఎంత మాట మిత్రమా, నాకు సీత మీద, సీతకు నా మీద ఉన్నది నమ్మకమే. ఆ నమ్మకమే కదా మా జీవితానికి పునాది. అలాంటి నేను నా సీతని శంకించడమా. అసలు ఏమయ్యిందో నీకు చెప్తాను. ఒక రోజు యుద్ధం ముగిసాక నేను సీత గురించి ఆలోచిస్తూ నిద్రిస్తున్నాను, అప్పుడే ఎవరో మాట్లాడుకోవడం విన్నాను ‘ఈ రామచంద్రుడు ఏలుకుంటాడేమో కానీ నేనైతే ఎవడో పట్టుకుని వెళ్ళిపోయిన నా భార్యను ఏలుకో లేను’ అని. వాళ్ళకి సీతాదేవి వ్యక్తిత్వం తెలియని అమాయకులో అజ్ఞానపరులో నాకు తెలియదు కానీ నా వెనక, నా సీత వెనక ఆమె వ్యక్తిత్వాన్ని, శీలాన్ని శంకిస్తే అది నేను తట్టుకోలేను. అందుకే నా వానర సైన్యం ముందు సీతాదేవితో అలా మాట్లాడాను, దానితో సీత మనస్సు విరిగింది. లక్ష్మణుడిని, వెంటనే అక్కడ అగ్ని ప్రవేశానికి సిద్ధం చెయ్యమంది. అగ్నిపరీక్ష కాదు అగ్నిప్రవేశం జరిగింది. కానీ దాని వలన ఈ ప్రపంచానికి సీత ఎటువంటిదో తెలిసింది.” అన్నాడు రాముడు.

"అంటే సీతాదేవి అగ్నిప్రవేశం చేసింది కానీ నువ్వు చేయమని చెప్పలేదు అంటావు. అంతేనా, మరి అదే సీతాదేవిని ఎందుకయ్యా మరలా అడవికి పంపావు అది కూడా ఒక తాగుబోతు మాట విని?" అని అడిగింది ఆ స్వరం.

"రాజుగా నా కర్తవ్యం అలాంటిది మిత్రమా, చాలా వదులుకోవాలి. వాడెవడో సీతని అవమానించాడు, అది అయోధ్య నగరం లో ప్రజల ముందు. దాని వలన ప్రజలలో తెలియని ఒక అలజడిని వచ్చింది, అది మెల్లగా రాజ్యంలో అప్పటికే నెలకొన్న శాంతికి భంగం కలిగించవచ్చు అని నాకు అనిపించింది అంతే సీతను అరణ్యవాసానికి పంపాను. పిమ్మట సీత ఔనత్యాన్ని ప్రజలు తెలుసుకుంటారు అనుకున్నాను, ప్రజా శాంతి నా ధర్మం, ఆ ధర్మం కోసమే నా సీతకు వనవాసం " అన్నాడు రాముడు.

"ధర్మం కోసం దేనికైనా వెనకాడవు రామా, ఆ కాలపురుషుడి మాట కోసం లక్ష్మణుడిని వదులుకున్నావు, ఎవడో మాట అన్నాడని నీకు ప్రాణానికి ప్రాణమైన సీతను వదులుకున్నావు, కైకేయి మాట కోసం రాజ్యం వదులుకున్నావు, భార్య మనశ్శాంతి కోసం ఆక్రమించిన రాజ్యాన్ని వదులుకున్నావు." అంది ఆ స్వరం.

"మరి నేను సంపాదించినవో, నా ప్రజల ప్రేమను సంపాదించాను, సీతను ఆ రావణాసురుడు తీసుకుని వెళ్ళటట్టి నా సైన్యం అయిన వానరులని కలిసాను, మంచి పేరును సంపాదించాను, మా సూర్యవంశానికి మంచి పేరు తీసుకుని వచ్చాను. ఆఖరికి నా ఆఖరి

ప్రయాణం లో నీలాంటి ఒక మంచి స్నేహితుడితో నా జీవితంలో జరిగిన విషయాలను పంచుకున్నాను." అన్నాడు రాముడు.

అప్పుడే సూర్యుడు సరయు నది నుండి ఉదయిస్తున్నాడు, పక్షులు తమ గూటిని వదిలి వాటి రోజు ప్రయాణాన్ని ఆరంభించాయి, ముందు రోజు సాయంత్రం విన్న కిలకిలారావాలు ఇప్పుడు లేవు, ఎంతైనా ఇంటిని వదిలి వెళ్ళాలి అన్న బాధ ఎవరైనా ఉంటుంది కదా.అది చూసిన రాముడు.

"నాకు కూడా ఈ గూటిని వదిలి వెళ్లాల్సిన సమయం ఆసన్నమయింది. హనుమా, ఇక వీడుకోలు చెప్పాల్సిన సమయం ఆసన్నమయింది." అన్నాడు రాముడు.

వెంటనే ఆ స్వరం హనుమంతుడిలా మారి "జై శ్రీరామ" అంటూ రాముని ముందుకు వచ్చాడు.

"ఎలా కనిపెట్టారు రామచంద్ర ప్రభు" అన్నాడు హనుమంతుడు.

"మనం కలిసినప్పుడు నువ్వు చేసిన పని గుర్తుందా హనుమా, ఇలానే రుష్యమూక పర్వతాల వద్ద, పంపా నది తీరంలో సన్యాసిగా వచ్చి నన్ను ప్రశ్నలు అడిగావు. నా హనుమని నేను గుర్తుపట్టలేనా." అన్నాడు రాముడు.

"అంటే ఈ ప్రయాణం మొదలుపెట్టినప్పుడే కనిపెట్టేశారు" అని అడిగాడు హనుమ.

“నువ్వు ఆ పండు గురించి అడిగినప్పుడు కనుక్కున్నాను, అయినా నీతో మాట్లాడుతూ ఉంటే నాలో ఉన్న చాలా ప్రశ్నలకి నాకే సమాధానం దొరికింది.” అన్నాడు రాముడు.

“క్షమించాలి ప్రభు, మిమ్మల్ని ఏకవచనంలో సంబోధించాను, అక్కడ ఇక్కడ అడిగిన ప్రశ్నలకు మీ నుండి సమాధానం రావాలన్నది నా కోరిక, ఈ సమాధానాలు విన్నవాళ్ళు ఎవరైనా సరే మీకు భక్తులు అవ్వాల్సిందే రామయ్య” అన్నాడు హనుమ.

“సరే ఇంక నా సమయం ఆసన్నమయింది, సీతతో లక్ష్మణుడితో ఏకమవుతున్నాను” అన్నాడు రాముడు.

“ఇక సీతా దేవి, లక్ష్మణులను మాకు వదిలేయండి. మీరు ఎవరన్నది ఆ కాలపురుషుడు మీకు చెప్పారు కదా. ఇక రాముడు, సీతమ్మ, లక్ష్మణుడు నరుల సొంతం. మీ కథ విన్నవారికి పుణ్యం కాదు ఒక మనిషిలా ఎలా బ్రతకాలో తెలియాలి, ఇచ్చిన మాటను నిలబెట్టుకునేందుకు ఏమైనా చెయ్యెచ్చు అని, భార్యను ఎలా ప్రేమించాలని, సోదరులను ఎలా అర్థం చేసుకోవాలని, స్నేహితులని నమ్ముకున్న వారిని ఎలా చూసుకోవాలో ఈ ప్రపంచానికి తెలియాలి. దాని కోసమేనా జీవితాన్ని అంకితం చేస్తాను, ఇదే నేను మీకు ఇచ్చే మాట.” అన్నాడు హనుమ.

అలా రాముడు అనే మనస్సుని సరయు నది ఒడ్డునే వదిలేసి సరయు నది లో కలిసిపోయాడు ఆ రాముడు.

ఆ రోజు తరువాత భూలోకం ఏమీ చీకటి కాలేదు, అయోధ్యలో వెలుతురు తగ్గలేదు, కానీ ఊపిరి పీలుస్తున్న ప్రతీ నరుడిలో రాముడిగా బ్రతకాలన్న కోరిక వచ్చింది. అదే ఎప్పటికైనా శుభానికి సంకేతం.

*******************"జై శ్రీరామ్"*****************

-ప్రణీత్

www.ingramcontent.com/pod-product-compliance
Lightning Source LLC
LaVergne TN
LVHW041842070526
838199LV00045BA/1401